AF797986

BOOKS THRISSUR
STD:1952
കറന്റ് ബുക്സ്
CURRENT BOOKS THR
ESTD:1952

മഞ്ഞ്

Malayalam
Manju
Novella by
M.T. Vasudevan Nair
1st Impression: 1964
10th Impression: February 1998
Reprinted: October 1999, July 2001,
August 2002, July 2003, July 2004,
June 2005, February 2006, November 2006, May 2007, June 2007,
July 2007, May 2008, July 2008, May 2009, August 2009, July 2010,
August 2012, July 2014, January 2015, February 2016, July 2016,
October 2016, March 2017, May 2017, August 2017, November 2017,
March 2018, October 2018, February 2019, July 2019, November 2019,
November 2020, July 2021, January 2022, June 2022,July 2022,
May 2023, July 2023, January 2024, February 2024, April 2024,
June 2024, July 2024, August 2024, October 2024.
December 2024, December 2024, April 2025, July 2025.
August 2025, January 2026
64th Impression: June 2026
Cover Design: Shyam Sagar
Type Set: Current Books Thrissur

Printed at
Ebenezer Thrissur
Publishers
Current Books Thrissur-680 001 Keralam
e-mail:currentbooksthrissur@gmail.com
www.currentbooksonline.in
Distribution
CosmoBooks
Thrissur, Kochi, Kozhikode, Kottayam
e-mail: cosmobooks@asianetindia.com
ISBN 978-81-226-1385-8

3099 CBT 2026-58-5000

മഞ്ഞ്

എം.ടി.വാസുദേവൻ നായർ

കറന്റ് ബുക്സ് തൃശൂർ

എം.ടി.വാസുദേവൻനായർ
(1933–2024)

പൊന്നാനി താലൂക്കിൽ കൂടല്ലൂരിൽ 1933 ജൂലായ് 15ന് ജനനം.

അച്ഛൻ: ടി.നാരായണൻനായർ, അമ്മ: അമ്മാളുഅമ്മ. കുമരനെല്ലൂർ ഹൈസ്കൂളിൽ പ്രാഥമിക വിദ്യാഭ്യാസം. പാലക്കാട് വിക്ടോറിയ കോളേജിൽ നിന്ന് 1953-ൽ ബി.എസ്‌സി (കെമിസ്ട്രി) ബിരുദം. അദ്ധ്യാപകൻ, പത്രാധിപർ, കഥാകൃത്ത്, നോവലിസ്റ്റ്, തിരക്കഥാകൃത്ത്, സിനിമാസംവിധായകൻ എന്നീ നിലകളിൽ പ്രശസ്തനായി. മുറപ്പെണ്ണ് എന്ന സിനിമയ്ക്ക് ആദ്യതിരക്കഥ എഴുതി. നിർമ്മാല്യം, കടവ്, ഒരു വടക്കൻ വീരഗാഥ, സദയം, പരിണയം തുടങ്ങിയ ചലച്ചിത്രങ്ങൾക്ക് ദേശീയ അവാർഡും, ഓളവും തീരവും, ബന്ധനം, ഓപ്പോൾ, ആരൂഢം, വളർത്തുമൃഗങ്ങൾ, അനുബന്ധം, തൃഷ്ണ, ഇടവഴിയിലെ പൂച്ച മിണ്ടാപൂച്ച, അമൃതം ഗമയഃ, പെരുന്തച്ചൻ, സുകൃതം, ഒരു ചെറുപുഞ്ചിരി, തീർത്ഥാടനം എന്നിവയ്ക്ക് സംസ്ഥാന ബഹുമതികളും ലഭിച്ചു. തിരക്കഥയെഴുതി സംവിധാനം ചെയ്ത 'കടവ്' സിങ്കപ്പൂർ, ജപ്പാൻ എന്നിവിടങ്ങളിൽ നടന്ന ചലച്ചിത്രോത്സവങ്ങളിലും അവാർഡുകൾ നേടി. മലയാള സിനിമയ്ക്ക് നൽകിയ സംഭാവനകൾക്ക് പ്രേംനസീർ അവാർഡ് ലഭിച്ചിട്ടുണ്ട്. നല്ല സീരിയലിനുള്ള 1996 ലെ കേരള സംസ്ഥാന ടെലിവിഷൻ അവാർഡ് നാലുകെട്ടിന് ലഭിച്ചു. രണ്ടാമൂഴം വയലാർ അവാർഡും മുട്ടത്തുവർക്കി ഫൗണ്ടേഷൻ അവാർഡും നേടി. നാലുകെട്ട്, സ്വർഗ്ഗം തുറക്കുന്ന സമയം, ഗോപുരനടയിൽ എന്നീ കൃതികൾക്ക് കേരള സാഹിത്യ അക്കാദമി അവാർഡും കാലം എന്ന നോവലിന് കേന്ദ്ര സാഹിത്യ അക്കാദമി അവാർഡും വാനപ്രസ്ഥത്തിന് ഓടക്കുഴൽ അവാർഡും ലഭിച്ചിട്ടുണ്ട്. 1996-ൽ ജ്ഞാനപീഠം പുരസ്കാരത്തിനർഹനായി. കാലിക്കറ്റ് സർവ്വകലാശാലയും മഹാത്മാഗാന്ധി സർവ്വകലാശാലയും 1996-ൽ ഓണററി ഡി.ലിറ്റ് ബിരുദം നല്കി ആദരിച്ചു. 2005-ലെ പത്മഭൂഷൺ ലഭിച്ചു. 2005-ൽ കേരള സാഹിത്യ അക്കാദമിയുടെ വിശിഷ്ടാംഗത്വം ലഭിച്ചു. 2011-ൽ കേരള സർക്കാരിന്റെ എഴുത്തച്ഛൻ പുരസ്കാരത്തിന് അർഹനായി. 2013-ൽ കേന്ദ്ര സാഹിത്യ അക്കാദമി ഫെലോഷിപ്പ് നല്കി ആദരിച്ചു. മാതൃഭൂമി പീരിയോഡിക്കൽസ് പത്രാധിപർ, കേരള സാഹിത്യ അക്കാദമി പ്രസിഡന്റ്, കേന്ദ്ര സാഹിത്യ അക്കാദമി എക്സിക്യൂട്ടിവ് മെമ്പർ, തുഞ്ചൻ സ്മാരക സമിതി അദ്ധ്യക്ഷൻ എന്നീ സ്ഥാനങ്ങൾ വഹിച്ചിട്ടുണ്ട്. ഫിലിം ഫിനാൻസ് കോർപ്പറേഷൻ, നാഷണൽ ഫിലിം ഡവലപ്മെന്റ് കോർപ്പറേഷൻ, ഫിലിം സെൻസറിങ് കമ്മറ്റി എന്നിവയിൽ അംഗമായിരുന്നിട്ടുണ്ട്. 1998 ലെ ഇന്ത്യൻ പനോരമ ചെയർമാനായിരുന്നു. 2008-ൽ കൊൽക്കത്ത നേതാജി ഓപ്പൺ യൂണിവേഴ്സിറ്റി ഡി.ലിറ്റ് നൽകി ആദരിച്ചു.

പ്രധാനകൃതികൾ: മഞ്ഞ്, കാലം, നാലുകെട്ട്, അസുരവിത്ത്, വിലാപയാത്ര, പാതിരാവും പകൽവെളിച്ചവും, അറബിപ്പൊന്ന്, രണ്ടാമൂഴം, വാരാണസി (നോവലുകൾ). ഇരുട്ടിന്റെ ആത്മാവ്, ഓളവും തീരവും, കുട്ട്യേടത്തി, വാരിക്കുഴി, പതനം, ബന്ധനം, സ്വർഗ്ഗം തുറക്കുന്ന സമയം, നിന്റെ ഓർമ്മയ്ക്ക്, വാനപ്രസ്ഥം, എം.ടിയുടെ തിരഞ്ഞെടുത്ത കഥകൾ, ഡാർ എസ്. സലാം, രക്തം പുരണ്ട മൺതരികൾ, വെയിലും നിലാവും, കളിവീട്, വേദനയുടെ പൂക്കൾ, ഷെർലക്ക് (കഥകൾ). ഗോപുരനടയിൽ (നാടകം). കാഥികന്റെ കല, കാഥികന്റെ പണിപ്പുര, ഹെമിംഗ്‌വേ ഒരു മുഖവുര, കണ്ണാന്തളിപ്പൂക്കളുടെ കാലം (പ്രബന്ധങ്ങൾ). ആൾക്കൂട്ടത്തിൽ തനിയെ (യാത്രാവിവരണം). എം.ടി.യുടെ തിരക്കഥകൾ, പഞ്ചാഗ്നി, നഖക്ഷതങ്ങൾ, വൈശാലി, പെരുന്തച്ചൻ, ഒരു വടക്കൻ വീരഗാഥ, നഗരമേ നന്ദി, നിഴലാട്ടം, ഒരു ചെറുപുഞ്ചിരി, നീലത്താമര, പഴശ്ശിരാജ (തിരക്കഥകൾ). സ്നേഹാദരങ്ങളോടെ, അമ്മയ്ക്ക് (ഓർമ്മകൾ). ചിത്രത്തെരുവുകൾ (ചലച്ചിത്ര സ്മരണകൾ). ഇംഗ്ലീഷിലേക്കും ഇതരഭാഷകളിലേക്കും കൃതികൾ വിവർത്തനം ചെയ്യപ്പെട്ടിട്ടുണ്ട്.

2024 ഡിസംബർ 25ന് അന്തരിച്ചു.

തകർന്ന ശബ്ദത്തെയും ഉറക്കത്തിൽ ഉണർന്ന ദേവദൂതന്മാരെയും ഓർത്ത് നാം അമ്പരന്നപ്പോൾ–

അപ്പോൾ, പാടിയിരുന്ന ഗാനം നമുക്കു നഷ്ടപ്പെട്ടു;

കാലത്തിനു സൂക്ഷിക്കാൻ കഴിയാത്ത പ്രകാശവും.

ഉറക്കം ഞെട്ടിയുണർന്നു നാം അമ്പരന്നു കിടക്കുന്ന ആ നിമിഷത്തിൽ

പ്രകാശവും ശബ്ദവും എല്ലാം ഏറ്റുപറയുന്നു; ഈ നിമിഷത്തെ നമുക്കു മെരുക്കി വളർത്തുക.

ഈ നിമിഷം! ഉറങ്ങുന്ന മരക്കൊമ്പിൽനിന്നു തെറിച്ചുപോയ പറവക്കൂട്ടംപോലെ കവിയുടെ വാക്കുകൾ കാലത്തിലേക്കു വീണുപോയിരിക്കുന്നു.

കാലത്തിനു സൂക്ഷിക്കാൻവേണ്ടി.

–ആർച്ചിബാൾഡ്മക്ലിഷ്

നോവലിലെ സംഗീതം

സംഗീതമാണ് സർവ്വോപരി ശുദ്ധവും ഭദ്രവുമായ കലാരൂപം എന്നൊരു സിദ്ധാന്തമുണ്ട്. മാധ്യമത്തോടുള്ള അടിമത്തം നന്നെ കുറവ്, മൗലികമായ ആകർഷണം കൂടുതലും – ഇതാണ് സംഗീതത്തിന്റെ സവിശേഷത. അതിന്റെ ആർദ്രലയം, അർത്ഥനിരപേക്ഷമായിത്തന്നെ, ഒരറ്റംവരെയെങ്കിലും, ആർക്കും ആസ്വാദ്യമത്രെ. 'കലകളിൽ വെച്ച് ഏറ്റവും ഋജുവായ കല, കലകളിൽ വെച്ച് ഏറ്റവും കലയായ കല' എന്നൊക്കെയാണ് സംഗീതത്തെക്കുറിച്ചുള്ള അപദാനം. അതിനാൽ മറ്റു കലകളൊക്കെ സംഗീതത്തിന്റെ അവസ്ഥയിലണയാൻ അഭിലഷിക്കയാണ് എന്നും നിരീക്ഷിക്കപ്പെടാറുണ്ട്.

ഈ നീരീക്ഷണത്തിലെ പൊരുൾ എന്തുമാവട്ടെ, ചില കൃതികൾ ഉണർത്തുന്ന അനുഭൂതിയെ സംഗീതത്തിൽ നിന്ന് ഉരുത്തിരിയുന്ന കേവലമായ ആത്മലയത്തോടു പൊരുത്തപ്പെടുത്തുന്നതിൽ അപാകതയുണ്ടാവില്ല എന്നു തോന്നുന്നു. അത്രമേൽ തരളവും മധുരവുമാവും, അവ്യാഖ്യേയവും അന്തഃസ്പർശിയുമാവും ആ അനുഭൂതി. അത്തരമൊരനുഭൂതിയുടെ വിതാനം നോവലിനും അപ്രാപ്യമൊന്നുമല്ല. എന്നാൽ, സത്യം പറയട്ടെ, നമ്മുടെ പല നോവലുകളെയും സംഗീതത്തോടു ബന്ധപ്പെടുത്താൻ ശങ്കിക്കണം. ബാല്യകാലസഖി, ചെമ്മീൻ– ഇങ്ങനെ ഈ പൊരുത്തത്തിന് നമുക്കും മാതൃകകൾ ഇല്ലെന്നല്ല. എങ്കിലും, നോവലിന്റെ ഈ സാധ്യത മലയാളത്തിൽ പുഷ്ടിപ്പെട്ടിട്ടില്ല എന്നതോ പോവട്ടെ, വേണ്ടത്ര ശ്രദ്ധ നേടിയിട്ടുപോലും ഇല്ല. ആവേശംകൊള്ളുക, ആക്രോശവും ആഹ്വാനവുമുയർത്തുക, പ്രസംഗം തകർക്കുക, പ്രചാരണവും പ്രഖ്യാപനവും നടത്തുക എന്നിവയ്ക്കൊക്കെയാണ് ഇവിടെ പൊതുവേ ഈ കലാരൂപം അടുത്തകാലത്തോളം പ്രയോജനപ്പെടുത്തിപ്പോന്നത്. ഇത് ഒരപരാധമായി എന്നു പഴിക്കയല്ല; ഇങ്ങനെയാകുന്നു പരമാർത്ഥം എന്നു സ്മരിക്കുക മാത്രമാണ്. എന്നിരിക്കേ, പുതിയ സാധ്യതകൾ ആരാഞ്ഞുനോക്കുന്നത് സ്വാഗതാർഹമല്ലേ?

അപൂർവ്വമായെങ്കിലും ഈ ആരാഞ്ഞുനോക്കലുകൾ ഈയിടെയായി നടക്കുന്നുണ്ട് എന്നത് ആശ്വാസമത്രെ. നവീന നോവലിന്റെ ചില മാതൃകകൾ ഈ പശ്ചാത്തലത്തിൽ പല വായനക്കാർക്കും അയവിറക്കാൻ പറ്റും. അടുത്ത കാലത്തു തെഴുത്തുവരുന്ന ഈ പ്രവണതയ്ക്കു തുടക്കം കുറിച്ചു എന്ന ചരിത്രപ്രാധാന്യം എം.ടി.വാസുദേവൻനായരുടെ 'മഞ്ഞി'ന് അവകാശപ്പെട്ടതാണ്. 1964-ൽ ഒന്നാം പതിപ്പായി പുറത്തുവന്ന ഈ കൃതി വെറുതെയല്ല മൗലികമായ ഒരു ചാരുതയായി അന്നുതന്നെ വിലയിരുത്തപ്പെട്ടത്. എന്നിട്ടും, തന്റെ കൃതിയുടെ ഇനം 'നോവലല്ല, 'നോവല്ലെ'യാണ് എന്ന് എം.ടി യഥാവിൽ നല്കിയ സൂചന വേണ്ടത്ര ശ്രദ്ധിക്കപ്പെട്ടില്ല എന്നുണ്ടോ?

നോവലും നോവെല്ലയും തമ്മിലുള്ള അന്തരം സാങ്കേതികമായ വിശദാംശങ്ങളോടെ തൽക്കാലം വിസ്തരിക്കേണ്ടതില്ല. ആദ്യത്തേതിനെ അപേക്ഷിച്ച് സംക്ഷിപ്തമാകുന്നു രണ്ടാമത്തേത് എന്നതത്രെ അടിസ്ഥാനപരം. ഒരേയൊരു സംഭവത്തിൽ ഊന്നിയിരിക്കണം; ആ സംഭവത്തിനാവട്ടെ, അദ്ഭുതാത്മകതയും അപ്രതീക്ഷിതപരിണാമവും ഒത്തുവരണം എന്നൊക്കെയുള്ളവ ആനുഷംഗികം മാത്രം. സംക്ഷിപ്തം എന്നു പറഞ്ഞാലോ, നിർദിഷ്ടമായ ഒരു ഗദ്യഖണ്ഡം മൂന്നിലൊന്നായി വെട്ടിക്കുറച്ചുകൊണ്ട് വിദ്യാർത്ഥികൾ നടത്താറുള്ള ഒരഭ്യാസമായ സംക്ഷേപണമുണ്ടല്ലോ, അതല്ല വിവക്ഷ. അവിടെ പ്രക്രിയ യാന്ത്രികമാണ്. നോവെല്ലയിലെ സംക്ഷേപണം, മറിച്ച്, ആന്തരവും എഴുത്തുകാരന്റെ പ്രമേയധ്യാനത്തോട് വേർപെടുത്താനാവാത്ത വിധം പിണഞ്ഞുകിടക്കുന്നതും ആയിരിക്കണം. പരത്തിയെഴുതിയ ഒരു നോവലിനെ തുടർന്നു കുറുക്കിയെടുത്താൽ (ഒരു പരുക്കും കൂടാതെ അങ്ങനെ കുറുക്കിയെടുക്കാവുന്ന പടപ്പുകൾ നോവലെന്ന പേരിൽ എമ്പാടും ഇറങ്ങാറുണ്ടല്ലോ!) അതു നോവെല്ലയാവുകയില്ല. ഭാവരൂപബന്ധം, ഏതു കലാരൂപത്തിലും എന്ന പോലെ, ഇവിടെയും കുറെക്കൂടി അവ്യാബാധവും അനിവാര്യവുമാവണം എന്നു ചുരുക്കം. ഈ നിലയ്ക്ക്, കാവ്യരൂപങ്ങളിൽ ഗീതക (Sonnet) മില്ലേ, അതിനോടാണ് നോവെല്ലയ്ക്കു സാദൃശ്യം. എഴുത്തുകാരന്റെ മേൽ അർത്ഥഗർഭമായ ഒരു നിയന്ത്രണമായി പ്രവർത്തിക്കുക എന്നിടത്തോളം പോവുന്നു ഇതിന്റെ നേട്ടം. സംഗീതത്തിന്റെ ഏകാഗ്രത ഇതിന് താരതമ്യേന എളുപ്പത്തിൽ എത്തിപ്പിടിക്കാറാവുകയും ചെയ്യുന്നു.

മലയാളത്തിലെ പല കാഥികരും നോവലും ചെറുകഥയും മാറിമാറി പരീക്ഷിക്കാറുള്ളവരാണ്. അങ്ങനെ ചെയ്യുമ്പോൾ, രണ്ടിന്റെയും രൂപപരമായ നിഷ്ഠകൾ എത്രമാത്രം ശുദ്ധിയോടെ പാലിക്കാറുണ്ട് എന്നത് ആലോചിക്കാൻ രസമുള്ള കാര്യമത്രെ. (ഇത്തരം നിഷ്ഠകൾ പൊതുവെ കുറവാണ് രണ്ടിനും എന്നത് ആശ്വാസം തന്നെ!) നോവൽ ചിലപ്പോൾ വലിച്ചുനീട്ടിയ കഥയായും, കഥതിരിച്ച്, ചുരുക്കിയെടുത്ത നോവലായും ഒക്കെ കലാശിച്ചുകളയുന്നു എന്ന ആവലാതികൾ അപൂർവ്വമല്ല. ഇതൊക്കെ ഒരുതരം കടുകുകീറി കണക്കുപറയുന്ന സമ്പ്രദായമാണ്. വിശേഷിച്ചു പ്രയോജനമൊന്നുമില്ലെങ്കിൽ, ഇത്തരം സാങ്കേതികമായ കർക്കശത്വത്തിനു പുറപ്പെടാതിരിക്കയാവും വിവേകം. എന്തെന്നാൽ, നമ്മുടെ സംവേദനം ഇതുകൊണ്ട് കാര്യമായി ഒന്നും നേടാനിടയില്ല. ഇവിടെയാണെങ്കിലോ, മലയാളത്തിലെ സാമാന്യതയ്ക്കെതിരെ എം.ടി.യുടെ സവിശേഷത ഒന്നു സ്പർശിക്കമാത്രമേ നമുക്കു വേണ്ടൂ. ആ സവിശേഷത ഇതാണ്; താൻ കൈകാര്യം ചെയ്യുന്ന സാഹിത്യരൂപങ്ങളെക്കുറിച്ച് നിയതവും സഫലവുമായ അവബോധം എം.ടി. നിലനിർത്തിക്കാണാറുണ്ട്. നോവലിൽ ഒരറ്റത്തോളം അയച്ചുവിടാവുന്ന ശില്പത്തിന്റെ ചരട് കഥയിൽ എത്രമാത്രം മുറുക്കിയെടുക്കണമെന്ന താരതമ്യം അദ്ദേഹത്തെ സംബന്ധിച്ചിടത്തോളം ഒരു സംസ്കാരമായി, സഹജാവബോധത്തിന്റെ ഒരു സിദ്ധിയായി, ചമയുന്നു. "മഞ്ഞ്" പഠിക്കുന്ന സാഹിത്യവിദ്യാർത്ഥിക്കു സംഗതമായ ഒരു വശമത്രെ ഇത്.

സാമ്പ്രദായികമായ അർത്ഥത്തിൽ 'മഞ്ഞി'നു ഒരു കഥയെവിടെ എന്ന്

അമ്പരപ്പുളവായേക്കാം. സംഭവങ്ങൾ, കാലത്തിൽ ഊന്നിക്കൊണ്ടുള്ള അവയുടെ പൗർവ്വാപര്യം, കലാശത്തിൽ ഒരു പരിണാമം- ഇങ്ങനെ പലതുമാവാം 'കഥ' എന്ന പദം സാധാരണയായി ആവാഹിക്കുന്ന സങ്കല്പങ്ങൾ. കഥയുടെ ഗതിക്ക് കാലത്തിന്റെ ഗതി നിർണ്ണായകമാണ് എന്നു സാരം. 'മഞ്ഞി'ൽ എന്നാൽ, കാലത്തിനു ഗതിയുണ്ടോ? 'മലകളുടെ കുഴിമാടത്തിൽ ഒരു തടവുകാരി' (72) എന്ന് ഇതിലെ വിമല സ്വയം വിലയിരുത്തുന്നതു വെറുതെയല്ല. ശ്രദ്ധിക്കേണ്ട ഇത്തരം കല്പനകൾ ഇനിയുമുണ്ട്: "തടാകത്തിലെ ജലം പോലെതന്നെ കാലം തളംകെട്ടിക്കിടക്കുകയാണ്." (34) ബാഹ്യമായ ഈ നിശ്ചലതയിൽ നിന്ന് ഉരുത്തിരിയുന്ന ഭാവത്തിന്റെ ഏതാനും നിശ്വാസങ്ങൾ എന്ന നിലയ്ക്കത്രെ 'മഞ്ഞി'ന്റെ ശില്പം ക്രമപ്പെടുത്തിയിരിക്കുന്നത്. ഇനി മിക്കവാറും പ്രതീക്ഷിക്കാനൊന്നുമില്ല എന്ന മരവിപ്പിൽ എത്തിപ്പെട്ടിരിക്കയാണല്ലോ 'മഞ്ഞി'ലെ വിമല. തടാകത്തിലെ ജലംപോലെതന്നെ തളം കെട്ടിക്കിടക്കുന്നത്, അതിനാൽ അവളുടെ മനസ്സുകൂടിയാണ്. സ്മൃതിയുടെ ഓളങ്ങൾ പക്ഷേ ആ മനസ്സിലും ഇളക്കം സൃഷ്ടിക്കാതിരിക്കുന്നില്ല. "തുഴ താളത്തിൽ വീഴുമ്പോൾ ആഴങ്ങളെ ഓർമ്മിപ്പിച്ചുകൊണ്ട് ജലപ്പരപ്പിൽ ശബ്ദമുയരുന്നു"(30) എന്ന വാക്യം, തന്റെ ശില്പനിബന്ധനത്തിന്റെ രഹസ്യത്തിലേയ്ക്കുകൂടി വ്യാപിക്കുമാറാണ് എം.ടി. രചിച്ചിരിക്കുന്നത്. വിമലയുടെ മനസ്സിന്റെ ആഴത്തിൽനിന്ന് ഉയരുന്ന സ്മൃതിയുടെ ഓളങ്ങളിലൂടെ സൂക്ഷ്മമായാണല്ലോ കഥ ഇവിടെ ഒഴുകിക്കൂടുന്നത്, കഥ ഇല്ലായ്കയില്ല 'മഞ്ഞി'ൽ; അത് പാരമ്പര്യ ശൈലിയിൽ പടർത്താതെ, വിമലയുടെ സ്മൃതിയിൽ ശിഥിലമായി അഴിയുന്ന പാകത്തിൽ, ഒതുക്കിയിരിക്കയാണ്. ഇഴ പേർത്തെടുക്കുന്ന ഭാരം നമ്മുടെ ഭാവുകത്വം ഏറ്റെടുക്കേണ്ടിയിരിക്കുന്നു.

അല്ല, പഴയമട്ടിൽ പടർത്തുകയാണെങ്കിലോ, പത്തഞ്ഞൂറു പേജിൽ പെരുപ്പിക്കാം. വിമലയുടെ അച്ഛൻ നാട്ടിൽ ആർക്കും വേണ്ടാതെ നടന്ന ആ സന്ധിയിൽനിന്നോ മറ്റോ ആരംഭിക്കാം. പിന്നെ, അയാളുടെ ഉയർച്ച, തളർച്ച, ആ തളർച്ചയിൽ കിടന്നുകൊണ്ട് അയാൾ ചവച്ചിറക്കുന്ന പീഡ- അങ്ങനെ ക്രമത്തിൽ വികസിപ്പിച്ചെടുക്കാവുന്നതേയുള്ളു കഥ. പ്രലോഭകമായ പല മുഹൂർത്തങ്ങളും എങ്കിൽ വീണുകിട്ടിയേനേ. ഉദാഹരണത്തിന്, അച്ഛന്റെ വീഴ്ചയെത്തുടർന്ന് കുടുംബബന്ധങ്ങൾ ചിതറുന്നതും ഓരോരുത്തരും അകലുന്നതും മറ്റും ഇപ്പോഴത്തെ നിലയ്ക്ക് നേരിട്ടു ചിത്രീകരിച്ചിട്ടില്ലല്ലോ. അതാതു സൂചകങ്ങൾ വിമലയിലുയർത്തുന്ന നനുത്ത സ്മൃതികളുടെ ശകലങ്ങൾ ഏച്ചുചേർത്തുവേണം ഇവിടെ സൂത്രബന്ധം ശരിപ്പെടുത്താൻ. ഇക്കൂട്ടത്തിൽ ഏറ്റവും തീക്ഷ്ണമായേനേ, അമ്മയുടെ അവിഹിതബന്ധം സഹിക്കാനാവാതെ വിമല വഴക്കടിച്ച് വീട്ടിൽനിന്ന് ഇറങ്ങിത്തിരിക്കുന്ന ഘടന. ഇതാവട്ടെ, അവളുടെ നേരിട്ടുള്ള സ്മൃതിയിൽപ്പോലുമല്ല, സുധീർകുമാർമിശ്രയുടെ അതീതസല്ലാപങ്ങൾ അവൾ അയവിറക്കുന്നതിൽ (74) മാത്രമാണ്. നിഴലിക്കുന്നത്. അതെ, സാധാരണ ഏതെഴുത്തുകാരനേയും വ്യാമോഹിപ്പിച്ചേക്കാവുന്ന സന്ധികൾ പലതും വർജ്ജിച്ചുകൊണ്ടാണ് എം.ടിയുടെ 'മഞ്ഞി'ന്റെ ശില്പത്തിന് ഇപ്പോഴത്തെ സംയമം വരുത്തിയിരിക്കുന്നത്.

ഈ വസ്തുത, വർഷങ്ങൾക്കുമുമ്പ് നോവലിനെക്കുറിച്ച് കേരളസാഹിത്യ

സമിതി കോഴിക്കോട്ടു സംഘടിപ്പിച്ച ഒരു ക്യാമ്പിൽ എം.ടി. തന്നെ സമ്മതിച്ചതാണ്. തന്റെ പ്രഥമസങ്കല്പത്തിൽ 'മഞ്ഞ്' ഒരു വലിയ നോവലായിരുന്നുപോലും. വഴിയേ, അനുധ്യാനത്തിന്റെ ഏതോ നിമിഷത്തിൽ അത് പുതിയ നിയോഗം വരിക്കയാണുണ്ടായത്. എഴുതിപ്പോവും തോറും പേജുകൾ കനക്കുന്നതിന് നമ്മുടെ നാട്ടിൽ ധാരാളം പ്രസിദ്ധിയുണ്ട്. ചുരുക്കുന്നതിനോ? 'മഞ്ഞി'ന്റെ ധന്യമായ മാതൃക ഒരുപക്ഷേ ഒറ്റപ്പെട്ടു നില്ക്കും. എന്നിട്ടും ചുരുക്കിയതു മതിയായില്ല, ഒരു വാക്കു ശില്പത്തിൽ മുഴച്ചുനില്ക്കുന്നു എന്നും എം.ടി. ചൂണ്ടിക്കാട്ടാതിരുന്നില്ല. അന്നത്തെ ക്യാമ്പിലെ അന്തേവാസികളായ ഞങ്ങളിൽച്ചിലർ കൗതുകത്തോടെ ആരാഞ്ഞു: ഏതാണ് ആ വാക്ക്? 'ഉരുളക്കിഴങ്ങ്' എന്നായിരുന്നു എം.ടി.യുടെ ഉത്തരം! വിമലയുടെ അച്ഛൻ നാട്ടിൽനിന്നു വിദൂരമായ ഒരു താവളത്തിൽ വിജിഗീഷുവായി ഉദ്യോഗം ഭരിക്കുന്നു എന്നല്ലാതെ, ആ താവളത്തിലെ ഗവേഷണവിഭവം വിശദീകരിക്കേണ്ടതില്ല എന്നതത്രെ ഈ ഉത്തരത്തിനുള്ള ന്യായം. 'മഞ്ഞി'നെ ആകെ വിലയിരുത്തുമ്പോൾ ഇതിന് എത്രത്തോളം ഗൗരവമുണ്ട് എന്നത് മറ്റൊരു വിഷയം. ശില്പസംയമനത്തിൽ ഈ നോവലിസ്റ്റു വെച്ചുപുലർത്തുന്ന നിഷ്കർഷ വെളിപ്പെടുത്തുന്നു എന്ന നിലയ്ക്ക് ഇതു ശ്രദ്ധേയമാണല്ലോ.

ഈ നിഷ്കർഷ 'കാഥികന്റെ പണിപ്പുര'യിലെ ഒരു നിരീക്ഷണവും വെളിപ്പെടുത്തുന്നുണ്ട്. "പൊന്തക്കാടിന്റെ സങ്കീർണ്ണതയിൽനിന്ന് എത്തിനോക്കുന്ന ഒരു പൂമൊട്ടാണ് കഥാബീജമെന്നു പറയാം. ആ കാടും പടലും വെട്ടിനീക്കി, പശ്ചാത്തലഭംഗിക്കാവശ്യമായ ചെടിപ്പടർപ്പുകൾ മാത്രം നിർത്തി, പൂമൊട്ടിനെ വികസിപ്പിച്ചെടുക്കലാണ് നിർമ്മാണം." താൻ നിർദ്ദേശിക്കുന്ന ഈ നിർമ്മാണപ്രക്രിയയ്ക്ക് നിസ്തുലമായ ഒരു ദൃഷ്ടാന്തമത്രെ 'മഞ്ഞ്.' ഇതിലെ സർദാർജി ഒരു സന്ദർഭത്തിൽ വിമലയോടു പറയുന്നു. "അതാണുവേണ്ടത്. നിങ്ങളുടെ പശ്ചാത്തലം മുഴുവൻ എനിക്കു മറ്റുള്ളവരോടു ചോദിച്ചറിയാം. ഒരു നൂറുകൂട്ടം കാര്യങ്ങൾ, അതെല്ലാം കൂടിയാവുമ്പോൾ നിങ്ങൾക്കു ചിത്രത്തിൽ ആയിരം വേരുകളും ചില്ലകളും ഇലകളുമെല്ലാം വന്നുകൂടുന്നു. നിങ്ങൾ ഒരു ബിന്ദുമാത്രം."(77) ഇവിടെ വിവക്ഷിക്കുന്ന ആ വേണ്ടതെന്തോ, അത് ഈ നോവലിൽ അനുഷ്ഠിച്ചിരിക്കുന്നു. 'മറ്റുള്ളവരോടു ചോദിച്ചറിയാവുന്ന ഒരു നൂറുകൂട്ടം കാര്യങ്ങൾ' -അതായത്, സൂചനകളുടെ നൂലുപിടിച്ച് വായനക്കാരന് സ്വയം നിർദ്ധരിച്ചെടുക്കാവുന്ന വസ്തുതകൾ- എഴുതിച്ചേർത്ത്, എന്തിനു നോവലിന്റെ വൈകാരികതയെ വെറും ബിന്ദുവായി വെട്ടിച്ചുരുക്കണം? ഇതാണ് പല നോവലിനും നേരിടാറുള്ള പാളിച്ച. ഈ കാടും പടലും നീക്കി, ആവശ്യമുള്ളതു മാത്രം നിർത്തുക. അപ്പോൾ കാണാം. വൈകാരികത വിരിയുകയായി, തെളിയുകയായി, 'മഞ്ഞി'ന്റെ വിജയം ഈ വെളിച്ചത്തിൽ വിശദമായ പഠനമർഹിക്കുന്നു.

ശില്പസംവിധാനത്തിലെ ഈ നിഷ്കർഷയോടിണക്കി പരിശോധിക്കാനുള്ള മറ്റൊരു സംഗതി, എം.ടി.യുടേയും മറ്റും തലമുറ പ്രായേണ സ്വീകരിച്ച നൂതനമായ ഒരു നോവൽസങ്കല്പമാണ്. തനി ബാഹ്യം, ഭൗതികം എന്ന പാകം വിട്ട്, തരളമായ ഭാവപരതയുടെ ആന്തരത്തിലേക്കും ആത്മനിഷ്ഠത്തിലേയ്ക്കും ഈ തലമുറയുടെ കൈയിൽ നോവൽ പരിണമിക്കയായിരുന്നു.

നടേ ഉന്നയിച്ച 'മഞ്ഞി'ന്റെ സംഗീതസാദൃശ്യം ഇങ്ങോട്ട് അന്വയിക്കേണ്ടിയിരിക്കുന്നു. സംഗീതം ഉദാരമാണ്; കാരണം, അതിന്റെ ഉല്ലാഘത അർത്ഥബോധത്തിന്റെ ആലംബമില്ലാതെയും ആനന്ദം പകരുന്നു എന്നു പറഞ്ഞുവല്ലോ- 'അർത്ഥം'കൊണ്ടു വിവക്ഷിക്കുന്നത് 'പ്രയോജനം' എന്നാണെങ്കിൽ, 'മഞ്ഞി'ന്റെ നിലയും വിഭിന്നമല്ല. എന്നുവെച്ചാലോ, ഇവിടെ ഉദ്ദേശ്യം ഇത്രമാത്രമാണ്: പ്രത്യക്ഷമായ പ്രയോജനം മുൻനിർത്തി കൃതികളെ വിലയിരുത്തുന്ന ഒരു പ്രവണത ഇവിടെ മുഴുത്തിരുന്നുവല്ലോ, 'മഞ്ഞ്' ആ പ്രവണതയെ നിരുത്സാഹപ്പെടുത്തുന്നു. ഈ കൃതിയെസ്സംബന്ധിച്ചിടത്തോളം പ്രയോജനം തിട്ടപ്പെടുത്തുക അത്ര എളുപ്പമല്ല. കൃതിയുടെ പ്രയോജനം അതുണർത്തുന്ന അനുഭൂതിയിൽ അന്തർഭവിക്കുക, ആ അനുഭൂതിയിൽക്കവിഞ്ഞൊന്നുമാകാതിരിക്കുക- ഇത്തരമൊരു പ്രതിഭാസത്തിന്റെ മികച്ച ഉദ്ഗമമത്രെ 'മഞ്ഞ്.'

പ്രത്യക്ഷമായ പ്രയോജനമെന്നത് സാമൂഹിക ഘടകവുമായി ബന്ധപ്പെടുത്തിക്കൊണ്ടാണല്ലോ മിക്കവാറും പേർത്തെടുക്കാറ്. ഒരു കാലത്ത് നമ്മുടെ വിമർശനത്തിൽ വേണ്ടതിലേറെ വേരോടിയിരുന്നുവോ എന്നു പേടിക്കേണ്ട ഈ ഏർപ്പാടിനുനേരേ 'മഞ്ഞ്' ഉദാസീനതയാവാം പുലർത്തുന്നത്. സ്വതേ തന്നെ സാമൂഹിക ഘടകത്തിന്റെ അതിപ്രസരം സമ്മതിക്കുന്ന ആളല്ല എം.ടി. അദ്ദേഹത്തിന്റെ 'നാലുകെട്ടും' 'അസുരവിത്തും' ഒക്കെ അക്കാര്യത്തിൽ അഭികാമ്യമായ അനുപാതബോധം പാലിക്കുന്നു. 'മഞ്ഞി'ന്റെ നിലയാവട്ടെ, കുറേ കൂടി അന്തർമുഖമാണ്. 'മഞ്ഞ്' വ്യക്തിയുടെ കഥയാണ് എന്ന് വാദത്തിനു വേണ്ടിയെങ്കിലും അവകാശപ്പെടാവുന്നതത്രെ. വ്യക്തിയുടെ ശബളമായ ഹൃദയം തേടിക്കൊണ്ട് പുതിയ അഭിരുചി ഇതിനിടെ തിരിയുകയുണ്ടായി എന്ന അംശവും അനുസ്മരിക്കേണ്ടിയിരിക്കുന്നു. ആ ഹൃദയത്തിൽ അലകളുയർത്തുന്ന പ്രധാനഘടകം എന്നതാണ് ഇവിടെ സമൂഹത്തിന്റെ പ്രസക്തി. സമൂഹത്തെ ഇങ്ങനെ പിന്നിലേയ്ക്ക് ഒതുക്കിനിർത്തി, അതിൽനിന്നു നിറന്നുതെളിയുന്ന ചിത്രം എന്ന നിലയ്ക്ക് വ്യക്തിയെ പുരസ്തലത്തിൽ പ്രതിഷ്ഠിക്കുക- ഇങ്ങനെയൊരു സങ്കല്പം വിപുലമായി പ്രചരിക്കുന്ന സന്ധിയിലാണ് എം.ടി. നോവലുകളുടെ, വിശേഷിച്ചും 'മഞ്ഞി'ന്റെ പിറവി.

ഇതിനർത്ഥം, സാമൂഹികമായ അർത്ഥവ്യാപ്തി അപ്പാടെ നിഷേധിക്കുന്നു എന്നല്ലെ? അവന്ധ്യമായ ഏതൊരു കലാസൃഷ്ടിക്കും വയ്യല്ലോ അങ്ങനെ ചെയ്യാൻ. അഥവാ, അടിയോളം ചെല്ലുമ്പോൾ, വ്യക്തിയുടെ കഥ സമൂഹത്തിന്റെ കഥ എന്നെല്ലാം വകതിരിക്കുന്നതേ അനാസ്പദമല്ലേ? വ്യക്തിയെ ചിത്രീകരിക്കുക- അതുതന്നെ സാഹിത്യത്തിൽ സമൂഹത്തെ ചിത്രീകരിക്കാനുള്ള സഫലമായ മാർഗ്ഗമായി മാറുന്നു. വിശേഷത്തിലൂടെ സാമാന്യം എന്നു വേണമെങ്കിൽ സാങ്കേതികമായി വ്യപദേശിക്കാം. സമൂഹത്തിന്റെ കാതലായ ഭാവസത്തയെ താൻ എങ്ങനെ കാണുന്നുവോ, അതിനനുരൂപമായി, ആ ഭാവസത്തയുടെ പ്രാതിനിധ്യമുള്ള വ്യക്തിയെ എഴുത്തുകാരൻ അവതരിപ്പിക്കുന്നു. ആ വ്യക്തിക്ക് അപ്പോൾ അനുവാചകനെസ്സംബന്ധിച്ചിടത്തോളം സവിശേഷവിതാനത്തിൽ മാത്രമല്ല സാമാന്യ വിതാനത്തിലും പ്രസക്തി ലഭിക്കും. ഈ കലാമർമ്മം ഏറെ വിസ്തരിക്കുന്നില്ല- ഒറ്റ ദൃഷ്ടാന്തംമാത്രം ശ്രദ്ധിച്ചു

കൊള്ളട്ടെ. 'മഞ്ഞി'ൽ വിമല കാണുന്ന തടാകത്തെ ഇതാ ഇങ്ങനെ വിവരിക്കുന്നു: "ബോട്ടുകൾ മിക്കതും രണ്ടറ്റത്തും കുറ്റിക്കാലുകളിൽ ഉറങ്ങിക്കിടക്കുന്നു. വെണ്മണൽ കാണാവുന്ന കരകളിൽ താറാവുകൾ കൊത്തിപ്പെറുക്കുന്നുണ്ട്. ഓളങ്ങളിൽ ഒഴുകിയെത്തിയ ബഹുവർണ്ണങ്ങൾ പൂശിയ പൊങ്ങുതടികളിലൊന്ന് വെള്ളത്തിലേയ്ക്ക് ചാഞ്ഞുകിടക്കുന്ന മരച്ചില്ലകൾക്കിടയിൽ കുടുങ്ങിക്കിടന്നു ചാഞ്ചാടുകയാണ്." (26) ഈ വാക്യങ്ങൾ യഥാശ്രുതത്തിൽക്കവിയുന്ന ചില ധ്വനിവിതാനങ്ങളിലേയ്ക്ക് ചിറകുവിടർത്തുന്നതായി വേണ്ടേ വിചാരിക്കാൻ? ആധുനിക ജീവിതത്തിന്റെ അന്തർഭാവത്തെ ആകെയല്ലേ ഇവിടെ വ്യംഗ്യഭംഗിയിൽ സംഗ്രഹിക്കുന്നത്? ആ ഉറങ്ങിക്കിടക്കുന്ന ബോട്ടുകളും കൊത്തിപ്പെറുക്കുന്ന താറാവുകളും: നിശ്ചിത മേഖലയിൽ വന്നപാടു ചന്തം എന്ന മട്ടിൽ നിഷ്പന്ദമായി ജീവിക്കുന്നവരും, വരുതിയിൽ തടയുന്ന ലഘുസന്തോഷങ്ങളെ കൊക്കിലിട്ടു കൊറിക്കുന്നവരും, അധികംപേരും അർത്ഥമോ ലക്ഷ്യമോ അറിയാതെ, അതിനാശിക്കപോലും ചെയ്യാതെ, ജീവിതം എന്ന ഈ സങ്കീർണ്ണപ്രവാഹത്തിൽ താനേ ഒലിച്ചുപോവുകയാണ്– 'ഓളങ്ങളിൽ ഒഴുകിയെത്തുന്ന ബഹുവർണ്ണങ്ങൾ പൂശിയ പൊങ്ങുതടികൾ' തന്നെ ചിലപ്പോൾ കൂട്ടത്തിലൊന്ന് മരച്ചില്ലകൾക്കിടയിൽ കുടുങ്ങിക്കിടന്ന് കുറച്ചുനേരം ചാഞ്ചാടും. കുറച്ചുനേരം മാത്രം. തുടർന്ന് പഴയപോലെ ഒഴുകുകയായി. ഒഴുകേണ്ട എന്നു മോഹിച്ചാൽപ്പോലും ഉറച്ചുനിൽക്കാൻ വയ്യ. നമ്മുടെ കാലഘട്ടത്തിന്റെ ഈ സവിശേഷത– ജീവിതത്തോടു ക്രമത്തിൽ ജനിച്ചുപോവുന്ന ഈ അന്യഥാഭാവം– 'മഞ്ഞി'ൽ സാന്ദ്രമാവുന്നു. ഇവിടെ വിശേഷിച്ച് ഒരു ചടുലതയും ഇല്ല. തന്നെ വലയം ചെയ്യുന്ന അവസ്ഥയെ അതിലംഘിക്കാൻ വിമലയുടെ ഭാഗത്തുനിന്ന് ഒരു ചലനവുമില്ല. ഒലിക്കൽ, ഒട്ടുസമയത്തേയ്ക്ക് കുടുങ്ങിക്കിടന്നു ചാഞ്ചാട്ടം, വീണ്ടും ഒലിക്കൽ– ഇതാണല്ലോ ഇന്ന് ജീവിതം. ഇങ്ങനെ ഒലിക്കാൻ വിട്ടുകൊടുക്കാതെ, ഒഴുക്കിനെതിരായി നീന്തുന്നവരോ, അതിനെ അഭീഷ്ടത്തിനൊത്തവണ്ണം നിയന്ത്രിക്കുന്നവരോ– ഓ, അത്തരക്കാർ എത്ര വിരളം!

ഈ അനാസ്ഥ, അലസത, അകർമ്മണ്യത, അവനവനോടുതന്നെയുള്ള ഈ അപരിചിതത്വവും അന്യഥാഭാവവും– ഇതൊന്നും 'മഞ്ഞി'ലെ വിമലയുടെ മാത്രം മാനസികപാകമല്ല. ഏറിയോ കുറഞ്ഞോ പുതിയ തലമുറ പരക്കെ ഇതു പങ്കുവെയ്ക്കുന്നു. അച്ഛന്റെ മരണം, തന്നെ അഗാധമായി മഥിച്ചുകളയുന്ന ഒരാഘാതമായേക്കുമെന്ന് തുടക്കം തൊട്ടേ ഭയപ്പെട്ടുപോന്ന വിമല, ഒടുക്കം, നിർണ്ണായകമായ ആ നിമിഷത്തെ നേരിടുമ്പോഴോ; കാഥികന്റെ വാക്കുകളിൽ "ഈശ്വരാ എനിക്കെന്തോ തകരാറുണ്ട്. ഒന്നു കരയാൻപോലും കഴിവില്ലല്ലോ.... തന്റെ കാലടിവെപ്പുകൾ പതറുന്നില്ലെന്ന് അവളോർമ്മിച്ചു. ദുഃഖത്തിന്റെ നീർപ്പാടകൾ മനസ്സിലേക്ക് ഇറങ്ങിവരുന്നില്ല. പ്രഭാതത്തിൽ, അഞ്ചരമണിക്ക്, എന്റെ അച്ഛൻ മരിച്ചു.... മരണത്തിന്റെ വാർത്തയുടെ മുമ്പിൽ, നീർച്ചുഴിയിൽപ്പെട്ട ഒരു പുല്ക്കൊടിപോലെ, ആടിയുലഞ്ഞു നിസ്സഹായയാവുന്നതു മനസ്സിൽ കണ്ടിരുന്നു. ഒന്നും സംഭവിക്കുന്നില്ല. കനത്ത ശാന്തത മാത്രമാണ് മനസ്സിൽ:" (58)എന്തൊരു അനുകമ്പാർഹമായ നില! പുതിയ തലമുറയെ 'പൊള്ളമനുഷ്യർ' എന്നു വിശേഷിപ്പിക്കാറുണ്ട്. എത്ര ദയനീയ

മാണ് ആ വിശേഷണത്തിലെ വിവക്ഷ! അതാതു സന്ദർഭങ്ങളിൽ ആവശ്യവും അനുരൂപവുമായ വൈകാരികസ്പന്ദത്തിനുള്ള നൈസർഗ്ഗികതപോലും നമുക്കു നഷ്ടപ്പെട്ടിരിക്കുകയാണോ? 'നേരം പുലർന്നന്തിയാവുന്നതിൻ കണക്കോരുന്ന നാൾവഴിയക്കങ്ങളെന്നിയേ,' ഓണവും സംക്രാന്തിയും ഞാറ്റുവേലയുമൊന്നും തന്റെ കലണ്ടറിൽ കാണാനില്ലാതായി എന്ന് ഒ.എൻ.വി.കുറുപ്പ് ഒരു കവിതയിൽ ('മയിൽപീലി'യിലെ 'താമരവിത്ത്') ആവലാതിപ്പെട്ടത് ഇവിടെ അനുസ്മരിച്ചുപോവുന്നു. ഇല്ല, നമുക്ക് ഒരു വിശേഷവും കാണാൻ കഴിയുന്നില്ല. നഷ്ടസ്വപ്നങ്ങളുടെ തപ്തസ്മൃതി വിതറിയ വെൺചാരമാണ് മനസ്സിൽ, മുന്നോട്ടു നോക്കുമ്പോഴോ, മൂടൽമഞ്ഞും....

തന്നെച്ചുഴലുന്ന മഞ്ഞിനു നടുക്ക് വിമലയ്ക്ക് ആകെ ഒരഭയം ബോർഡിംഗ് ഹൗസാണല്ലോ. അവിടെ മുറ്റത്തെ ഉയർന്ന കമ്പിക്കാലിലെ വിളക്ക്, ഇലപ്പടർപ്പുകൾക്കിടയിലൂടെ, കരയുന്ന ഒരു നക്ഷത്രംപോലെ, മുനിഞ്ഞു നില്ക്കുന്നത് അവൾ അകലെനിന്നു കാണുന്ന അന്വർത്ഥമായ ഒരു ഘടനയുണ്ട് ഈ നോവലിൽ (32), ഒഴിവുകാലത്തുപോലും വിമല ആ ഒറ്റ നക്ഷത്രത്തിനു ചോടെ ചുരുണ്ടുകൂടുന്നു. അച്ഛൻ മരിച്ച വീടിന്റെ ആകുലതയിൽനിന്ന് അവൾ ആ നക്ഷത്രക്കീഴിലേയ്ക്കുതന്നെ ഓടിപ്പോരുന്നു. പക്ഷേ ആ നക്ഷത്രം കരയുകയാണ് എന്നോർക്കുക! ബോർഡിംഗ് ഹൗസിന്റെ മുറ്റത്തെ വിളക്കു മുനിഞ്ഞുനില്ക്കുന്നതായി കല്പിച്ചതിലെ പൊരുള്, അവിടെ വിമല പിന്നിടുന്ന വിരസമായ നിത്യനൈമിത്തികത്തിലേയ്ക്കു നീളുന്നു. അവിടത്തെ വരാന്തയിൽ നിരത്തിവെച്ച പൂച്ചട്ടികളിൽ 'ചെടികൾ വരണ്ടുണങ്ങി'യിരിക്കുന്നു. (50) അവിടെ അമർസിംഗ് ആഹാരം കൊണ്ടുവരിക, 'പണ്ടു ചിത്രപ്പണികളുണ്ടായിരുന്നു എന്നോർമ്മിപ്പിക്കുന്ന വാൾനട്ട്ട്രേ'യി ലാണ്. (56) അവിടത്തെ മെത്ത എപ്പോഴും 'ഏതോ ഒരിഴജീവിയുടെ ശരീരംപോലെ തണുത്തുകുഴഞ്ഞുകിടക്കുന്നു, (51) ഇത്തരം സൂചനകളിലൂടെ സൂക്ഷ്മമായി നമുക്ക് ആ വിരസത പിടിച്ചെടുക്കാം. പിടിച്ചെടുക്കുമ്പോഴാവട്ടെ, നമ്മുടെ തന്നെ നിത്യനൈമിത്തികത്തിന്റേയും, അതിനടിയിൽ ഞെരങ്ങുന്ന സ്വപ്നങ്ങളുടേയും നിലയെക്കുറിച്ച് നെടുവീർപ്പിടാതെ വയ്യ എന്നാവുന്നു. വിമലയുടെ അവസ്ഥ നമ്മുടെ സംവേദനശീലത്തെ ഇങ്ങനെ ചില സാന്ദ്രച്ഛായകളിലേക്ക് അഴിച്ചുവിടാതിരിക്കയില്ല.

ഇതുതന്നെയല്ലേ സാരാംശത്തിൽ സാമൂഹികഭാവം? അല്ലാതെ, "സുധീർകുമാർ മിശ്ര വിമലയെ വഞ്ചിച്ചു; വൃത്തികെട്ട പുരുഷമേധാവിത്വം; അനീതി, അക്രമം" എന്ന മട്ടിൽ എഴുത്തുകാരൻ തിരിഞ്ഞുനിന്ന് കൈ ചുരുട്ടുകതന്നെ വേണമെന്നുണ്ടോ? നിരാസവും നിഷേധവും വിപ്ലവവും വിധ്വംസനവുമൊക്കെ ഋജുവായി എടുത്തു പെരുമാറിയാലേ സാമൂഹ്യഭാവം സജീവമാവൂ എന്നു നിർബ്ബന്ധിക്കുകയാണെ ങ്കിൽ നിവൃത്തിയില്ല. അതൊക്കെ താരതമ്യേന ബാഹ്യമായ യാഥാർ ത്ഥ്യങ്ങൾ മാത്രം- 'മറ്റുള്ളവരോടു ചോദിച്ചറിയാവുന്ന നൂറുകൂട്ടം കാര്യങ്ങൾ' അതിനേക്കാൾ ആന്തരമായ അനുഭവസത്യമാണ്, ആ നൂറുകൂട്ടം കാര്യങ്ങൾക്കടിപ്പെട്ടുപോവുന്ന കഥാപാത്രത്തിന്റെ അന്തർമണ്ഡലമാണ്, ഇന്നത്തെ എഴുത്തുകാരന്റെ കാമധേനു.

'മഞ്ഞി'ന്റെ ശില്പശാലീനതയ്ക്കാസ്പദം, എന്തായാലും, ഈ അനുഭവസത്യത്തിൽ മാത്രമുള്ള അഭിനിവേശമത്രെ. അങ്ങേയറ്റം അന്തർ മുഖവും

ആത്മാവിഷ്കാരപരവുമാണല്ലോ ഈ നോവൽ. അതുകൊണ്ട് ഇതു കവിത തന്നെ. എന്തും അന്തർമുഖമായി അവതരിപ്പിക്കുക, ആത്മാവിഷ്കാരത്തിന്റെ ശൈലിയിൽ അനാവരണം ചെയ്യുക- അതാകുന്നു കാവ്യാത്മകതയുടെ രഹസ്യം. 'മഞ്ഞി'ലെ ഒരു സന്ദർഭം ഈ രഹസ്യം സ്മരിക്കാതിരിക്കുന്നില്ല: "അല്ല, കവിതയല്ല. കഥ പറയുകയാണ്. കഥകൾ ആത്മാവിൽ നിന്നൊഴുകുമ്പോൾ കവിതയാണ്." (73) അതെ. മികച്ച ഭാവഗാനം എന്ന് ഈ നോവല്ലയെ ഭദ്രമായി വിലയിരുത്താം. അനുചിതങ്ങളെല്ലാം ഉപേക്ഷിച്ച്, കാവ്യാത്മകമായ ഏകാഗ്രത അത്ര സൂക്ഷ്മമായി ഇവിടെ ദീക്ഷിച്ചിരിക്കുന്നു. അപസ്വരങ്ങൾ ഒഴിവാക്കി, എല്ലാതന്ത്രികളും ഏകഫലോന്മുഖമായി ഉദ്ഗ്രഥിച്ച്, അപൂർവ്വമായ നാദലയം ചമയ്ക്കുന്ന കലതന്നെ ഇത്. 'മഞ്ഞ്', അതിനാൽ, നോവലിലെ സംഗീതമത്രെ.

മൗലികഭാവത്തെ സ്പർശിച്ചുണർത്തുക എന്ന മാസ്മരശക്തിയുണ്ടല്ലോ സംഗീതത്തിന്. 'മഞ്ഞും' അതു ചെയ്യുന്നു. ബാലിശമായി തോന്നുമോ എന്തോ; എന്നാലും എന്റെ ഒരനുഭവം ഞാനിവിടെ വെളിപ്പെടുത്താം: ഭാസ്കരന്റെ പഴയ ഒരു ചലച്ചിത്രഗാനമുണ്ട്- 'അഞ്ജനക്കണ്ണെഴുതി' എന്നാരംഭിച്ച്, ഏതോ കടത്തനാടൻ തമ്പുരാട്ടിയുടെ കാത്തിരിപ്പ് തികച്ചും ഭാവവ്യഞ്ജകമായി പകർത്തുന്ന ഒന്ന്, ഏകാന്തതയിൽ, ചുറ്റും ഉറഞ്ഞുകൂടുന്ന നിശ്ശബ്ദതയ്ക്കു നടുക്ക്, നനുത്ത ഈണത്തിൽ ഈ ഗാനം കേൾക്കുകയാണെന്നിരിക്കട്ടെ; എന്റെ മനസ്സിൽ ഇതുണർത്തുന്ന തരളതയുമായി ഏതെല്ലാമോ തലങ്ങളിൽ ബന്ധപ്പെട്ടുകിടക്കുന്ന 'മഞ്ഞു'ണർത്തുന്ന തരളതയും. രണ്ടും സ്പർശിക്കുന്ന മൗലികഭാവം, വിഷാദത്തിന്റെ ലയം കലർന്ന പ്രതീക്ഷ എന്ന നിലയിൽ എത്ര മധുരമാണെന്നോ! 'കാത്തിരിപ്പിന്റെ കഥ' എന്ന് 'മഞ്ഞ്,' പണ്ട് നിർവ്വചിക്കപ്പെട്ടിട്ടുതന്നെയുണ്ട്. (കാട്ടുമാടം നാരായണൻ) വളരെ അർത്ഥഗർഭമാണ് ഈ നിർവ്വചനം. കാത്തിരിപ്പ് എന്ന നിത്യതരുണമായ ആ കാല്പനികഭാവമുണ്ടല്ലോ, അതാണ് 'മഞ്ഞി'ന്റെ പ്രാണചൈതന്യം. ഏതു ശൂന്യതയ്ക്കു നടുക്കും എന്തെങ്കിലുമൊന്നു പ്രതീക്ഷിക്കുക; പ്രതീക്ഷ സാക്ഷാൽക്കരിക്കാമെന്നു വിശ്വാസമുണ്ടായിട്ടല്ല; എന്നാലും അസ്തിത്വത്തിന്റെ ഏകാധാരം എന്ന നിലയ്ക്ക് അതിൽ പിടിച്ചു തൂങ്ങിക്കോളുകയേ നിവൃത്തിയുള്ളൂ. വിവർണ്ണമായി ദിവസങ്ങൾ കടന്നുപോകവേ, വെറുതെ ആ പ്രതീക്ഷയിട്ടു തിരുപ്പിടിച്ചുകൊണ്ടിരിക്കുക- ഈ പ്രവണതയുടെ പ്രതീകങ്ങളാണ് 'മഞ്ഞി'ലെ വിമലയും ബുദ്ദുവുമെല്ലാം.- "നാമെല്ലാം കാത്തിരിയ്ക്കുകയാണ്, ബുദ്ദൂ. ഓരോ വർഷവും ഈ നഗരവും കാത്തിരിക്കുന്നു. അതിലിടയ്ക്കു ദിവസങ്ങൾ പോകുന്നു. ചുക്കാൻ വീഴുമ്പോൾ തെറിക്കുന്ന നീർപ്പോളകൾ. കാത്തിരിക്കാൻ നിനക്കൊരു ഗോരാസാഹിബിന്റെ ഛായയുണ്ട്. നീല ഞെരമ്പുകൾ തുടിക്കുന്ന ഒരു മുഖമായിരിക്കും മറ്റൊരാൾക്ക്." (73) ഈ ഭാഗം, അങ്ങനെ, 'മഞ്ഞി'ന്റെ ഭാവസത്തയെ സംക്ഷേപിക്കുന്നു. ആ നഗരം തന്നെയും "കമ്പിക്കാലുകളിൽ ചായം പൂശി നടപ്പാതകളിൽ വെള്ളയും കരിമ്പടവും വിരിച്ച്" (73) ആർക്കു വേണ്ടിയോ കാത്തിരിക്കുകയാണല്ലോ! കൂടല്ലൂരിന്റെയും അവിടത്തെ നാലുകെട്ടിന്റെയുമൊക്കെ കാഥികനായിരുന്ന എം.ടി 'മഞ്ഞി'ൽ മറ്റൊരു പശ്ചാത്തലം സ്വീകരിച്ചിരിക്കുന്നു എന്നതു യാദൃച്ഛികമല്ല.

സിനിമയിൽ പതിവുള്ളതുപോലെ കേവലം പ്രദർശനപരതയുടെ ത്രസിപ്പല്ല അതിനു പിന്നിൽ, താൻ പകർത്തുന്ന ഭാവം: ശരിക്കും ഉരുത്തിരിഞ്ഞുകിടക്കുന്ന കണക്കെയുണ്ടല്ലോ ആ നഗരം. ഒരു മാസത്തോളം മാത്രം പുലരുന്ന 'സീസ'ണു വേണ്ടി ഓരോ കൊല്ലവും മാറിമാറി കാത്തിരിക്കുക- ഇതിൽ, മനുഷ്യസ്വഭാവത്തിന്റെ ഘടനയെക്കുറിച്ച് തനിക്കുള്ള വീക്ഷണംകൂടിയാവാം എഴുത്തുകാരൻ കണ്ടെത്തുന്നത്.

പ്രതീക്ഷയെ അനിവാര്യമായും ആവരണം ചെയ്യുന്ന വിഷാദംപോലെ ആ നഗരത്തെ മഞ്ഞുമൂടിക്കിടക്കുന്നു. അതെ, പ്രതീക്ഷയ്ക്കു വിഷാദത്തിന്റെ പരിവേഷമുണ്ടെന്നതത്രെ പ്രധാനം. വെറും പ്രതീക്ഷയ്ക്കു വില കുറവാണ്. 'മഞ്ഞി'ലെ പ്രതീക്ഷ ആ വിധത്തിൽ അന്തസ്സാരശൂന്യമല്ല. അതൊരു തത്ത്വശാസ്ത്രത്തിന്റെതന്നെ തലമണയുന്നു. കാത്തിരുന്നു സ്വപ്നം കാണുക; അതോടൊപ്പംതന്നെ, കാത്തിരുന്നതൊന്നും കൈവരുന്നില്ലല്ലോ എന്ന് ഓർത്തിരുന്നു നിശ്വസിക്കുകയും- ഇതു രണ്ടും ഈ നോവലിന്റെ ചക്രവാളത്തിൽ ചാരുതയോടെ ആശ്ലേഷിക്കുകയും അലിഞ്ഞുചേരുകയും ചെയ്യുന്നു. ഏറ്റവും കാവ്യാത്മകമായ ഈ കാല്പനിക ചക്രവാളമാണ് 'മഞ്ഞി'നെ ഇത്രമേൽ മനോഹരമാക്കുന്നത്. 'ആരും വന്നില്ല' എന്നറിഞ്ഞിട്ടും, ബോട്ടു തുഴഞ്ഞു നീങ്ങിയപ്പോൾ ജലപ്പരപ്പിൽ നീണ്ടുകിടക്കുന്ന വളഞ്ഞ വഴിത്താരയിലേയ്ക്കു നോക്കി നിന്നുകൊണ്ട് ഇതിലെ വിമല പിറുപിറുക്കുന്നുണ്ട്: "വരാതിരിക്കില്ല." (80) അങ്ങനെയാണ് ഈ നോവൽ അവസാനിക്കുന്നത്. ഏതു ഭാവുകത്വവും അവിടെ തരളമാവാതിരിക്കില്ല.

ഈ വക 'പൊന്നാര'ങ്ങൾക്കു (Sentiments) പുറമെ, കനപ്പെട്ട ഒരു നോവൽ വായിച്ചാലത്തെ കരുത്തുറ്റ അനുഭവവും 'മഞ്ഞ്' സമ്മാനിക്കുന്നുണ്ട്. അതിനു സമർത്ഥമാണ് സർദാർജി എന്ന കഥാപാത്രം. 'മരണം രംഗബോധമില്ലാത്ത ഒരു കോമാളിയാണ്' എന്നു നിരീക്ഷിക്കുന്ന (66)- "മരിച്ചുപോയവരെ ഓർത്ത് ഉറക്കം കളയരുത്. ജീവിച്ചിരിക്കുന്നവർ ഒരുപാടുണ്ടല്ലോ ഭൂമിയിൽ" എന്നു വിമലയോടു നിർദ്ദേശിക്കുന്ന (69)- ആ മനുഷ്യൻ വല്ലാത്തൊരു മാതൃകതന്നെ. ഫലിതവും തത്ത്വചിന്തയും ഒക്കെ പൊഴിയുമ്പോഴും ആ മനുഷ്യന്റെ ആഴങ്ങളിലെവിടെയോ, തുറന്നുകാട്ടാനാവാത്ത, പേടിപ്പിക്കുന്ന മൗനം അടിഞ്ഞുകിടക്കുന്നതായി തോന്നുന്നു. പ്രായത്തിലേറെ പാകത സ്വയം ശാസിക്കുന്നവളാണ് വിമല. "മുപ്പത്തൊന്നു വയസ്സായ ഒരു സ്ത്രീ ഒരു നാടോടിപ്പാട്ടു കേൾക്കുമ്പോൾ ദുർബ്ബയാവരുത്." (52) എന്ന് അവൾ തന്നെത്തന്നെ താക്കീതു ചെയ്യുന്നു. ഇതിനു നേരെ വിപരീതമത്രെ സർദാർജി: വിമലയെ ദുർബ്ബലയാക്കുന്ന ആ നാടോടിപ്പാട്ട് അയാളാണല്ലോ ഇക്താരയിൽ ശ്രുതിമീട്ടിക്കൊണ്ട് ആവർത്തിക്കുന്നത്. വിമലയുടെ മഞ്ഞിലേയ്ക്ക് വെയിലിന്റെ നാളം വീഴ്ത്താൻ അയാൾ ഉത്സാഹിക്കുന്നു- വെറുതെ; വിശേഷിച്ച്, ഒരുദ്ദേശവും വെച്ചിട്ടല്ല. 'ജീവിതം നല്കാൻ മടിക്കുന്നതൊക്കെയും ജീവിച്ചു ജീവിതത്തോടു വാങ്ങുക' എന്ന ഊഷ്മളതയിൽഅയാൾ ആവശ്യത്തിലേറെ ത്രസിക്കുന്നു- തെല്ലൊരു പ്രകടനത്വരയോടുകൂടിപ്പോലും. ചുറ്റും മരണം വാപിളർന്നു നില്ക്കുമ്പോഴും, ജീവിതത്തിന്റെ തുഞ്ചത്ത് എന്നപോലെ, ആ കൊടുമുടിയുടെ തുന്നാടിത്തലപ്പത്തു വലിഞ്ഞുകയറി, ഏന്തിക്കിതച്ച്, 'മരണത്തിന്റെ

മുഖം കണ്ടിട്ടുണ്ടോ?' (68) എന്നു വിളിച്ചുചോദിക്കുന്ന വിചിത്രമായ ആ അധൃഷ്യതയുണ്ടല്ലോ, അത് ഈ നോവലിന് അഗാധതയുടെ കനം ചാർത്തുന്നു. എന്തൊക്കെയായാലും അന്തിമവിശകലനത്തിൽ നോവലിന്റെ കാമ്പായി അവശേഷിക്കുക കാതലുള്ള കഥാപാത്രം മാത്രമാണ് എന്നഭിപ്രായമുണ്ടെങ്കിൽ, ഇതാ അത്തരം കഥാപാത്രം ഇവിടേയും- ഈ സർദാർജി. സർദാർജിക്കു മാത്രമല്ല, മറ്റോരോ പാത്രത്തിനുമുണ്ട്, ഒന്നോരണ്ടോ രേഖകളിൽ ഉരുത്തിരിക്കുമ്പോൾക്കൂടിയും, തികഞ്ഞ തെളിവും മിഴിവും. വിമലയുടെ കുടുംബത്തിന്റെ രേഖാചിത്രം വിശേഷിച്ച് അനുസ്മരിക്കാവുന്നതത്രെ. ആ സന്ദർഭത്തിൽ കൂടുതൽ സജീവമാവുന്നു ഈ നോവൽ. എങ്കിലും സംഘർഷാത്മകമായ ആ സന്ദർ ഭവും നിയതമായ സംയമത്തോടെത്തന്നെയാണ് കൈകാര്യം ചെയ്യുന്നത്.

പിന്നെ കുടുംബത്തിന്റെ ശിഥിലത- അത് എം.ടി.യുടെ സ്ഥിരം പ്രമേയങ്ങളിൽ ഒന്നാണല്ലോ. ഒരു ബന്ധത്തിനുമില്ല പൊരുള്; എല്ലാം വെറും പ്രകടനം മാത്രം എന്ന ഇരുണ്ട ദർശനമാണോ എം.ടി. സ്ഫുരിപ്പിക്കുന്നത്? സ്വന്തം വീറുകൊണ്ട് വേണ്ടതെല്ലാം നേടി കുടുംബം കർശനമായ പിടിയോടെ പടുത്തുയർത്തിയ ആളാണല്ലോ വിമലയുടെ അച്ഛൻ. എന്നിട്ടെന്താ, എത്ര വേഗം അതു ചിതറി വീഴുന്നു! 'കാലിപ്പിള്ളർ ചുഴറ്റിയെറിഞ്ഞിട്ട ചേരയെപ്പോലെ നിസ്സഹായനായി' (40) അയാളെ കിടത്തുന്നതിലൂടെ, മനുഷ്യവിധിയുടെ നിരർത്ഥകതയെക്കുറിച്ച് തനിക്കുള്ള നിലപാടാവാം എഴുത്തുകാരൻ വെളിപ്പെടുത്തുന്നത്. അമ്മയോടു പോട്ടെ, അനുജൻ, അനുജത്തി- വീട്ടിൽ ആരോടുമില്ല വിമലയ്ക്ക് വല്ല ആത്മബന്ധവും. ഒരു നേരം മുമ്പെങ്കിൽ ഒരു നേരംമുമ്പ് അവിടന്നു രക്ഷപ്പെടാനാണ് അവൾക്കു തിടുക്കം. വിശ്വാസ്യമായ ഒരു സുഹൃദ്ബന്ധവും അവൾ വികസിപ്പിക്കുന്നില്ല. ഒക്കെ ഒരുതരം ഉപചാരത്തിൽ ഒതുങ്ങുന്നു. ഒറ്റ വീർപ്പിൽ വിമല മൂന്നു കത്തെഴുതുന്നതായി ഇവിടെ ഒരു ഘടനയുണ്ട് (56). ആ ഉപചാരത്തിന്റെ നിസ്സംഗത നമ്മെ ഞെട്ടിക്കുന്നു. കൂടുതൽ നിഷ്കളങ്കത പ്രതീക്ഷിക്കാവുന്ന രശ്മിപോലും അവളോടു നിർവ്യാജമായല്ല പെരുമാറുന്നത്.വ്യാജവുമായി താദാത്മ്യം വന്നു കഴിഞ്ഞ വിമലയ്ക്ക് രശ്മിയുടെ തന്ത്രത്തിന്റെ മറുവശം കാണാൻ വയ്യായ്കയില്ല. മാത്രമല്ല, 'എന്നും ഓർമ്മിക്കാനുള്ള ഒരു രാത്രി' (44) തട്ടിയെടുക്കാൻ ഉദ്ദേശിച്ചുകൊണ്ടുള്ള ആ തന്ത്രത്തിനു മാപ്പുകൊടുക്കാനും അവൾ ഒരുക്കമാണ്.

ആകപ്പാടെ 'നിയമം നിറവേറ്റലും നയവും അഭിനയ'വുമായി വേണം ജീവിതം എന്ന ചടങ്ങു നീട്ടിക്കൊണ്ടുപൊയ്ക്കോളാൻ എന്നല്ലേ 'മഞ്ഞി'ൽനിന്ന് നിർദ്ധരിക്കാവുന്ന മനോഭാവം? ആ ചടങ്ങിന്റെ ചാരവർണ്ണത്തിൽ വല്ലപ്പോഴും ചൈത്രകാന്തി പൊടിപ്പിക്കുന്നു എന്നതത്രെ പ്രത്യാശയുടെ പ്രസക്തി. അതിനാൽ പൊള്ളയാണ് എന്നറിയുമ്പോഴും ശരി, പ്രത്യാശയിൽ അള്ളിപ്പിടിച്ചോളുക തന്നെ. പോരെങ്കിലോ, ഇനിയും ഒരംശം: നിത്യജീവിതത്തിൽ മിക്കവർക്കും നേരിടേണ്ടിവരുന്ന മടുപ്പു ചിത്രീകരിക്കുന്നു എന്നല്ലാതെ, എഴുത്തുകാരൻ മനസ്സുകൊണ്ട് അതിനെ ശരിവെയ്ക്കയോ അനുമോദിക്കയോ ചെയ്യുന്നു എന്ന നിഗമനത്തിലേയ്ക്ക് 'മഞ്ഞ്' നമ്മെ നയിക്കുന്നില്ല. മറിച്ച്. ഇങ്ങനെയാണല്ലോ ജീവിതം എന്ന നിസ്സഹായതയുടെ ലോലമായ നെടു

വീർപ്പത്രെ ഇവിടെ രൂപം കൊള്ളുന്നത്. ഇത് വിമലയെ കലാപത്തിലേയ്ക്കോ അരാജകത്വത്തിലേയ്ക്കോ കയറഴിച്ചു വിടാൻ അനുവദിക്കുന്നില്ല എന്ന കാര്യം അടിസ്ഥാനപരമാണ്. ഈ അർത്ഥത്തിൽ 'മഞ്ഞ്' ആധുനികതയുടെ പ്രക്ഷുബ്ധതയിൽനിന്നും അന്തരം പുലർത്തുന്നു. "എന്തിന്- മർത്ത്യായുസ്സിൽ സാരമായതു ചില മുന്തിയ സന്ദർഭങ്ങൾ- അല്ല മാത്രകൾ മാത്രം." എന്നു വിശ്വസിക്കുന്ന തരളമായ കാല്പനികതയുടെ താവഴിയിലേയ്ക്കുതന്നെയാവും ഈ നോവൽ ചായുക.

സാന്ദ്രമായ കാവ്യഭാഷയിലാണ് 'മഞ്ഞി'ന്റെ ശില്പം വാർന്നുവീണിരിക്കുന്നത്. എന്നതുകൊണ്ടുതന്നെ, പൊതുവേ നോവൽവായനയോടു ബന്ധപ്പെടുത്താറുള്ള ആലസ്യത്തിന് ഇതു വഴങ്ങിത്തന്നു എന്നു വരില്ല. സശ്രദ്ധമായ അപഗ്രഥനം അർഹിക്കുന്നവയാണ് ഇവിടെ മിക്ക വാക്യങ്ങളും.

1. "എണ്ണമറ്റ നേർത്ത ശബ്ദങ്ങൾ കൂടിക്കലർന്നു താളമുണ്ടാവുമ്പോഴാണ് നിശ്ശബ്ദത തോന്നുന്നത്... നിശ്ശബ്ദത ഒരു സംഗീതമാണ്."(19)

2. "ഉവ്വ്, കാടിന്നു സംഗീതമുണ്ട്. മഴയ്ക്കും കാറ്റിനും ഭാഷയും സംഗീതവുമുണ്ട്."(67)

എന്നൊക്കെ തനതായ ഒരു സംവേദനത്തിന്റെ താരള്യം പതിഞ്ഞാവാം ചില വാക്യങ്ങൾ കവിത പകരുക. താളം ലയം ധ്വനി മുതലായവ മുഖ്യമായും കവിതയിലെ ഭാഷയിൽ തേടിയാവും നാം ശീലിച്ചിരിക്കുക. എന്നാൽ ആ സിദ്ധി നോവലിലെ ഭാഷയ്ക്കും അപ്രാപ്യമല്ല എന്നതിന് ദൃഷ്ടാന്തങ്ങളാണ് 'മഞ്ഞി'ലെ പല ഭാഗങ്ങളും. "ആദ്യത്തെ പാപം, സ്ത്രീത്വത്തിന്റെ മൂടുപടം ചീന്തുന്ന ആദ്യത്തെ വേദന, ആദ്യത്തെ ആഹ്ലാദം, ആദ്യത്തെ നിർവൃതി...." (45) എന്ന മട്ടിൽ ചിലപ്പോൾ ഈ സിദ്ധികൾ പ്രകടമാവും. പക്ഷേ ഇത്രയും പ്രകടമല്ലാത്ത ഭാഗങ്ങളിലും സംവേദനത്തിന്റെ സൂക്ഷ്മമായ സ്പർശിനികൊണ്ട് ഇവ ഇരടിയിരടി ചെല്ലുക എന്നത് ഹിതകരമായ ഒരു സാഹിത്യാനുഭൂതി യത്രെ. വിമലയുടെ ആദ്യത്തെ ലൈംഗികാനുഭൂതിയെ "വട്ടം വീശിവിടരുന്ന ഓളങ്ങളുടെ മധ്യത്തിൽ താണുപോയ കല്ലിന്റെ അവ്യക്തസ്ഥാനംപോലെ ഒരോർമ്മമാത്രം" (47) എന്നവതരിപ്പിച്ചിതുതൊട്ട്. മൗലികമായ നിരവധി സങ്കല്പങ്ങൾ നിഷ്കൃഷ്ടപഠനത്തിനു വിഷയമാക്കാവുന്നതാണ്. ഭാവത്തിന്റെ സംഗീതത്തിന് അനുകൂലമാവണം ഭാഷയുടെ ശ്രുതി എന്ന പൊരുൾ എം.ടി. ഒരിക്കലും വിസ്മരിക്കുന്നില്ല. ഈ വെളിച്ചത്തിൽ വിശേഷിച്ചും ശ്രദ്ധിക്കേണ്ട ഏതാനും വാക്യങ്ങൾ അവിടവിടെ നിന്നായി എളുപ്പം പെറുക്കിനിരത്താം:

1. അടഞ്ഞുകിടക്കുന്ന ജാലകം തുറന്നിട്ടപ്പോൾ ആവേശത്തോടെ വന്നു കെട്ടിപ്പിടിച്ച ശേഷം മുറിയിൽ കുറ്റബോധത്തോടെ പരുങ്ങിനിന്ന തണുത്ത വായു (22)

2. വെയിൽ തെളിയുമ്പോൾ കുന്നിൻചെരുവുകളിൽ മഞ്ഞുരുകിയ വെള്ളിയൊഴുക്കുകൾ കാണാവുന്നു; ഇന്നലെയുടെ കണ്ണീർച്ചോലകൾ. (22)

3. തടാകത്തിനും നഗരത്തിനും മുകളിൽ പണ്ടെപ്പോഴോ പകലുറക്കത്തിൽ കണ്ട ഒരു സ്വപ്നംപോലെ പാറിനടക്കുന്ന ഏപ്രിൽ മാസത്തിലെ ഇളം മഞ്ഞ് (24)

4. അന്തരീക്ഷത്തിന്റെ മാറിലേക്ക് തറച്ചുനില്ക്കുന്ന ഒടിഞ്ഞ അസ്ത്രം പോലെയുള്ള പാറക്കെട്ട് (35)

5. അച്ഛന്റെ മരണത്തെത്തുടർന്ന് വീട്ടിലെത്തിയ വിമലയ്ക്ക് അമ്മയുടെ മുറിയിൽനിന്ന് പുറത്തുകടക്കേണ്ടിവരുന്നു അമ്മയോടു യാത്ര പറയാൻ. ഗോമസ്സ് എന്ന കാമുകൻ കടന്നെത്തിയപ്പോൾ, പുറത്തു വരാന്തയിൽ അവൾ നോക്കിനില്ക്കുന്നത് "അടുക്കളയിൽനിന്നുള്ള അഴുക്കുവെള്ളം ഒഴുകിപ്പോകുന്ന ചാലിലേ"യ്ക്കത്രേ (61)

6. ചുറ്റും ആക്രമിച്ചുകയറിയ പൊന്തക്കാടുകൾക്കുള്ളിൽ പാതിയും മറഞ്ഞുപോയ അമ്പലം (65)

ഓരോന്നും അതാതു സന്ദർഭത്തിൽ അങ്ങേയറ്റം സാർത്ഥകമാവുന്നതെങ്ങനെ എന്ന് ഓരോ സാഹിത്യവിദ്യാത്ഥിയും അനുഭവിച്ചറിയുകതന്നെവേണം. ആസ്വാദനത്തിൽ ഇതിലും നല്ല ഒരു സാധനപാഠം വേറെ ആശിക്കാനില്ല.

"കടം ചോദിച്ച ഒരു സായാഹ്നം ബാക്കികിടപ്പുണ്ട്. മറക്കരുതേ" (79) എന്നു വിളിച്ചു പറഞ്ഞുകൊണ്ടാണല്ലോ 'മഞ്ഞി'ലെ സർദാർജി ഒടുക്കം വിമലയോടു വിടവാങ്ങുന്നത്. ആരെക്കുറിച്ചായാലും, എന്തിനെ കുറിച്ചായാലും, സാഫല്യത്തിലണയാത്ത വാഗ്ദാനമോ, സാക്ഷാൽക്കരിക്കാനാവാത്ത വ്യാമോഹമോ, അങ്ങനെ വല്ലതുമൊന്ന് മനസ്സിലിട്ടു തിരുപ്പിടിക്കാനുണ്ടാവട്ടെ- അതാണ് സന്ദേശം. 'മഞ്ഞ്' എന്ന നോവൽ അപ്രകാരം എന്നും മനസ്സിലിട്ടു തിരുപ്പിടിപ്പിക്കാൻ അമൂല്യമായ മധുരാനുഭൂതിയാണ് പകർന്നുതരുന്നത്. എം.ടിയുടെ "നാലുകെട്ടി"ലെ ഒരു സന്ദർഭം ഇവിടെ അനുസ്മരിച്ചുപോവുന്നു: തലേന്നു രാത്രി അമ്മിണിയേട്ടത്തിയുമായി പങ്കിട്ട അപൂർവ്വമായ അനുഭവം അയവിറക്കിക്കൊണ്ട് അപ്പുണ്ണി, പിറ്റേന്നു രാവിലെ പായിൽ നിന്നു പെറുക്കിയെടുത്ത കുപ്പിവളപ്പൊട്ടുകൾ ഓരോന്നായി കുളത്തിലേയ്ക്കു വലിച്ചെറിയുകയാണ്. "അപ്പോൾ, വെറുപ്പും വ്യസനവും തോന്നി; അതിന്നിടയിൽ നിഗൂഢമായ ഒരാനന്ദം തിളങ്ങുന്ന ഒരു വർണ്ണക്കല്ലുപോലെ അവൻ ഒളിപ്പിച്ചുവെച്ചു. ഒറ്റയ്ക്കിരിക്കുമ്പോൾ ആരും കാണാതെ പുറത്തെടുത്ത് ഓമനിക്കാനുള്ള ഒന്നായിരുന്നു അത്." ഇതുപോലെ, ഒറ്റയ്ക്കിരിക്കുമ്പോൾ പുറത്തെടുത്ത് ഓമനിക്കാനുള്ള ഒന്നാണ് 'മഞ്ഞു'ണർത്തുന്ന അനുഭൂതിയും. കേട്ടു മറന്നുകഴിഞ്ഞ ഒരു ഗാനത്തിന്റെ ഈണംപോലെ അതങ്ങനെ പേർത്തും പേർത്തും മനസ്സിന്റെ സരസ്സിൽ അപ്പപ്പോഴായി നുര ചിന്നിവിരിഞ്ഞുവരും. 'അഥവാ ചില കാലമാസ്ഥയാൽ മധുരസ്വപ്നസം സ്മരിക്കുക' എന്നൊരവസ്ഥയില്ലേ, ഏതു കലാസൃഷ്ടിയെസ്സംബന്ധിച്ചും അഭികാമ്യമല്ലേ ആവൂ അങ്ങനെയൊരവസ്ഥ? 'മഞ്ഞ്' ആ അവസ്ഥയിലണയുന്നുണ്ട്. അതിനെ ആവർത്തിച്ചാവർത്തിച്ച് അയവിറക്കുംതോറും നമ്മുടെ സംവേദനശീലം സാന്ദ്രവും സൂക്ഷ്മവുമാവുന്നു, സമ്പന്നവും സംതൃപ്തവുമാവുന്നു.

കെ.പി.ശങ്കരൻ

ഒന്ന്

വായിക്കാനൊന്നുമില്ല. കട്ടിലിൽ കിടന്നു കൈ എത്തിച്ചാൽ കിട്ടാവുന്ന അകലത്തിൽ വെച്ച റേക്കിൽ അടുക്കില്ലാതെ കൂടിക്കിടക്കുന്നുണ്ട് പുസ്തകങ്ങൾ. എല്ലാം പലപ്പോഴായി വായിച്ചുതീർത്തവയാണ്. അവസാനം കൈയിൽ കിട്ടിയത് അലസമായി മറിച്ചു നോക്കി. സുഭഗമായ ശരീരം വിറ്റു കിരീടം വരെ വിലയ്ക്കു വാങ്ങിയ ഒരു സുന്ദരിയുടെ കഥയാണ്. നാലഞ്ചു പേജ് വായിച്ചു. മടുപ്പു തോന്നി. പുസ്തകം മെത്തയിലിട്ടു കണ്ണടച്ചു കിടന്നു.

അടച്ചിട്ട ചില്ലുജാലകത്തിന്റെ നേർത്ത വിടവുകളിലൂടെ തണുപ്പ് അരിച്ചു കയറുന്നുണ്ടായിരുന്നു.

എണ്ണമറ്റ നേർത്ത ശബ്ദങ്ങൾ കൂടിക്കലർന്നു താളമുണ്ടാവുമ്പോഴാണ് നിശ്ശബ്ദത തോന്നുന്നത്. ശബ്ദമില്ലാത്ത ഒരവസ്ഥയില്ല എന്ന സത്യം അവളോർമ്മിച്ചു. അല്ലെങ്കിൽ നോക്കൂ, ഇപ്പോൾ എങ്ങും നിശ്ശബ്ദമാണെന്നു പറയാം. നിശ്ശബ്ദത ഒരു സംഗീതമാണ്. മുകളിലെ ഒരു പഴയ തട്ട് ഉറക്കുത്തി എന്തെല്ലാമോ പൊടിഞ്ഞു വീഴുന്നു. അതിന്റെ കിരുകിരുപ്പ്. അകലത്തെവിടെയോ ഉണങ്ങിയ ചുള്ളിക്കൊമ്പുകൾ ഒടിയുന്നു. ചീവീടുകളുടെ ദൂരെ നിന്നുള്ള ശബ്ദം.

തുലാവർഷത്തിൽ കുതിർന്ന രാത്രിയിൽ വിറങ്ങലിച്ചു നില്ക്കുന്ന കവുങ്ങിൻതോപ്പിൽനിന്നല്ലേ ചീവിടുകളുടെ ശബ്ദം കേൾക്കുക? കുമയൂൺ മലകളിൽ പകൽ വെളിച്ചമുള്ളപ്പോൾ കരയുക.... ഒൻപതു വർഷം ജന്തുശാസ്ത്രം പഠിപ്പിച്ച തനിക്ക് ചീവിടുകളുടെ ഹേബിറ്റും അറിഞ്ഞുകൂടാ.

കുമയൂൺ കുന്നുകളിൽ പകൽവെളിച്ചത്തിൽ, നിശ്ശബ്ദതയിൽ, ചീവീടുകൾ കരയുന്നു...

ഫൈലം ആർത്രോപോഡയാണ്... ക്ലാസ്–?

ഈശ്വരാ! എന്തെല്ലാം വിഡ്ഢിത്തമാണു തോന്നുന്നത്!

നിശ്ശബ്ദതയുടെ സംഗീതം. പുറത്തെ മൂടൽമഞ്ഞു മുറിക്കകത്തേക്കു കടന്നുവന്നു മുക്കിക്കളയുന്നു...

വാതില്ക്കൽ മുട്ടുകേട്ടാണ് കണ്ണു തുറന്നത്.

എത്രനേരമാണ് മയങ്ങിക്കിടന്നത്? മുറിയിൽ മഞ്ഞു കടന്നതല്ല. ഉറക്കത്തിന്റ നനുത്ത മൂടുപടം ഊർന്നുവീഴുന്ന കണ്ണുകളെയാണു കുറ്റപ്പെടുത്തേണ്ടത്.

വീണ്ടും മുട്ടു കേട്ടു.

മിനുത്ത മരപ്പലകകൾ പാകിയ നിലത്തു നല്ല തണുപ്പുണ്ട്.

അമർസിംഗായിരിക്കുമെന്നു കരുതിയാണ് വാതിൽ തുറന്നത്. രശ്മി

വാജ്പേയിയാണ്.

ഇന്നലെയും ഇന്നു കാലത്തുമായി മറ്റുകുട്ടികൾ സ്ഥലം വിട്ടു കഴിഞ്ഞിരിക്കുന്നു. രശ്മി മാത്രം ബാക്കിയാണെന്ന കാര്യം അപ്പോഴാണോർത്തത്.

"ടീച്ചർജി, ഞാൻ പോകുന്നു."

"നല്ലത്."

രശ്മിയുടെ കടുംപച്ച നിറത്തിലുള്ള വൂളൻകോട്ട് തുറന്നിട്ടിരിക്കുന്നു. നെറ്റിയിൽ വലിയ കറുത്ത പൊട്ടും നുണക്കുഴികളുമുള്ള രശ്മി. കണ്ണുകൾ നൃത്തം വയ്ക്കുന്നുണ്ടായിരുന്നു. കൈപ്പത്തിയുടെ വലിപ്പമുള്ള പൂക്കൾ നിറഞ്ഞ കമ്മീസാണ് ഇട്ടിരിക്കുന്നത്. പ്രായത്തേക്കാൾ കവിഞ്ഞ വളർച്ചയുണ്ട്. ആ ബോധത്തോടെയാവണം, മഞ്ഞു പെയ്യുമ്പോഴും അവൾ കോട്ട് തുറന്നിട്ടിരിക്കുന്നത്.

"ഇപ്പോൾ ബസ്സുണ്ടോ?"

നാല്പത്തിമൂന്നു പെൺകുട്ടികളുടെ ഉത്തരവാദിത്വം തനിക്ക് ഏല്പിച്ചു തന്നിട്ടുണ്ടല്ലോ.

"ഉണ്ട്.... ഹൽദ്വാനിവരെ."

"അവിടുന്ന്?"

രശ്മിയുടെ കണ്ണുകളിൽ എന്തോ ഒളിച്ചുകളിക്കുന്നുണ്ടെന്നു വെറുതെ തോന്നിയതാണോ? അസാധാരണമായി കറുത്ത ഇമകൾ പിടയ്ക്കുന്നു.

"അവിടെനിന്ന്– അവിടുന്നു വേറെ ബസ്സുണ്ട്, ടീച്ചർജീ, കണക്ഷൻ ബസ്സുണ്ട്. പിതാജി ആളെ അയച്ചിട്ടുണ്ട്."

ചോക്കലേറ്റിന്റെ നിറമുള്ള അവളുടെ കവിളുകളിൽ ചോരത്തുടിപ്പു മിന്നിമറഞ്ഞു.

"ഉം, ശരി."

പുറത്തു വരാന്തയിൽ കടന്നുനിന്നപ്പോൾ പോർട്ടിക്കോവിലേക്കു കടക്കുന്ന കമാനത്തിനു താഴെ പുറം തിരിഞ്ഞുനില്ക്കുന്ന ആ ചെറുപ്പക്കാരനെ കണ്ടു. ചുമരിലെ കമ്പിവലയിട്ട നോട്ടീസ്ബോർഡിൽ പതിച്ച കടലാസുകളെന്തോ വായിക്കുകയാണയാൾ.

"ആരാണു വന്നത്, രശ്മീ?"

വളരെ അലസമായ സ്വരത്തിൽ ചോദിച്ചു.

ഒരു നിമിഷം താമസിച്ച് രശ്മിയുടെ ഉത്തരം:

"ഉം... ജ്യേഷ്ഠൻ."

ആ ചെറുപ്പക്കാരൻ തിരിഞ്ഞുനിന്നപ്പോൾ വിമല മുഖം കണ്ടു. വെള്ളാരങ്കണ്ണുകൾ. നിന്റെ ജ്യേഷ്ഠന് ഈ വെള്ളാരങ്കണ്ണുകൾ എവിടന്നു കിട്ടി എന്നു ചോദിക്കാൻ തോന്നിയതാണ്. മുഖത്തു നിഴലും വെളിച്ചവും കയറിയിറങ്ങി നില്ക്കുന്ന രശ്മി വാജ്പേയിയുടെ കണ്ണുകളിൽ നോക്കിയപ്പോൾ, ദീനമായ ഒരഭ്യർത്ഥനയുണ്ടായിരുന്നു.

"ഉം, പോയ്ക്കോളൂ."

"നമസ്തേ, ടീച്ചർജീ."

"നമസ്തേ!"

അവൾ വരാന്തയിലൂടെ നാലടി നടന്ന് കുറേക്കൂടി ആത്മവിശ്വാസത്തോടെ തിരിഞ്ഞുനിന്നു മന്ദഹസിച്ചു.

"ടീച്ചർജി എന്നാണു പോകുന്നത്?"

"നാളെ."

ഒട്ടും ആലോചിക്കാതെ മറുപടി പറയാം. വെക്കേഷന്റെ തുടക്കത്തിൽ അവരെല്ലാം ചോദിക്കാറുള്ളതാണ്. തിരിച്ചെത്തുമ്പോഴും ചോദിക്കും:

"ടീച്ചർജീ എന്നു വന്നു?"

ചിലപ്പോൾ ഒന്നും പറയില്ല. ആവർത്തിച്ചു ചോദിച്ചാൽ പറയും:

"ഇന്നലെ."

ചൗക്കിദാർ അമർസിംഗ് അതു കേട്ടിട്ടുണ്ട്. പ്രായത്തിന്റെ വരകളും കുറികളും വീണ ആ മുഖത്ത് ഒരു ചലനവും കാണില്ല.

നാളെയുടെയും ഇന്നലെയുടെയും മദ്ധ്യത്തിൽ ഒഴിവുകാലം കടന്നുപോകുന്നു. വർഷങ്ങളിലെ വസന്തങ്ങൾ.

വിമലാജി വെക്കേഷനു വീട്ടിൽപോവാറില്ലെന്ന കാര്യം കുട്ടികളിലാരെങ്കിലും അറിഞ്ഞുകാണും. പക്ഷേ, ആരും ചോദിച്ചില്ല, ഇതുവരെ. ആശ്വാസം.

കറുത്ത ട്രൗസറും ഷർട്ടും ഇട്ട ഭോട്ടിയ ചെറുക്കൻ മുതുകത്തു തോല്പെട്ടി ചുമന്നു പുറത്തുകടന്നു. അവന്റെ പിറകെ ഇളംമഞ്ഞ കലർന്ന നിറവും വെള്ളാരങ്കണ്ണുമുള്ള ആ ചെറുപ്പക്കാരൻ. അയാളുടെ പിറകെ തല കുനിച്ചുകൊണ്ടു രശ്മി വാജ്പേയിയും.

രശ്മി ഇന്നു രാത്രി വീട്ടിലെത്തുമോ? ത്രൂ ബസ്സ് കാലത്ത് ഏഴരമണിക്കേയുള്ളൂ. ഹൽദാനിയിലെ ടൂറിസ്റ്റ് ബംഗ്ലാവിന്റെ കാര്യം ഓർമ്മവന്നു. അവളുടെ കവിളുകളിലെ തുടിപ്പും കണ്ണുകളിൽ പുളയുന്ന പ്രകാശനാളങ്ങളും വരാൻപോകുന്ന നിമിഷങ്ങളെ ഘോഷിക്കുന്നുണ്ട്.

റസിഡന്റ് ട്യൂട്ടറുടെ അധികാരം ഏറ്റെടുത്ത്, വേണമെങ്കിൽ, ഗിരിജാശങ്കർ വാജ്പേയിക്കു കമ്പിയടിക്കാം: 'രശ്മി മൂന്നു മുപ്പതിന്റെ ബസ്സിൽ ഹസൽദാനിക്കു പുറപ്പെട്ടിരിക്കുന്നു.'

ചുഴലിക്കാറ്റു വീശുന്ന ഒരു കുടുംബവും വിളറി വിറച്ചുനില്ക്കുന്ന ഒരു പെൺകുട്ടിയും- ആ ചിത്രം മനസ്സിൽ ഇപ്പോഴേ കാണാം. വിമല അതു വേണ്ടെന്നുവെച്ചു.

കുന്നിറങ്ങിപ്പോകുന്ന ഒറ്റയടിപ്പാതയിലൂടെ തവിട്ടു നിറത്തിലുള്ള ബൂട്ടിട്ട ചെറുപ്പക്കാരന്റെ കൂടെ ധൃതിയിൽ നടന്നുപോകുന്ന രശ്മിയെ അവൾ നോക്കിനിന്നു. ബർച്ചുമരങ്ങളുടെ സമൂഹത്തിനു പിറകിൽ അവളുടെ കോട്ടിന്റെ കടുംപച്ചനിറം മറഞ്ഞപ്പോൾ വിമല അമർഷത്തോടെ സ്വയം പറഞ്ഞു: 'നീ എന്നെ കബളിപ്പിച്ചുവെന്നു കരുതേണ്ടാ, കുട്ടീ!'

പതിനാറാം വയസ്സിൽ അവൾ സ്ത്രീയായിരിക്കുന്നു.

തിരികെ മുറിയിൽ കടന്നുവന്നു. മുറിയാകെ അലങ്കോലപ്പെട്ടു കിടക്കുകയാണ്. പെട്ടിപ്പുറത്തും സ്റ്റാൻഡിലും കൂടിക്കിടക്കുന്ന സാരികളൊക്കെ മടക്കിവയ്ക്കണമെന്നു കാലത്തു കരുതിയതാണ്. ഉറക്കുത്തിയ തട്ടിൽനിന്നും രാവും പകലും കൊഴിഞ്ഞുവീഴുന്ന വെള്ളത്തരികൾ നിലത്തും മേശപ്പുറത്തും പരന്നുകിടക്കുന്നു. മൂലയിലെ സ്റ്റാൻഡിൽവെച്ച കടലാസുപൂക്കൾ നിറംമങ്ങി വികൃതമായിരിക്കുന്നു. സൂര്യന്റെ ചിത്രമുള്ള ബാറ്ററിക്കമ്പനിക്കാരുടെ കലണ്ടർ ഇപ്പോഴും ജനുവരിമാസത്തെ കുറിക്കുന്നു. ഇന്നു തീയതി എത്രയാണ്! ഏപ്രിൽ പതിനൊന്ന്.

പുതിയ വർഷം ചലനമില്ലാതെ വെറുങ്ങലിച്ചു നില്ക്കുന്നു.

അടഞ്ഞുകിടക്കുന്ന ജാലകം തുറന്നിട്ടു. തണുത്ത വായു ആവേശത്തോടെ വന്നു കെട്ടിപ്പിടിച്ചശേഷം മുറിയിൽ കുറ്റബോധത്തോടെ പരുങ്ങിനിന്നു.

കുന്നിൽചെരുവിൽ ബോർഡിങ്ങ്ഹൗസിന്റെ അതിർത്തിക്കപ്പുറത്തെ ഗാരേജിന്റെ പരിസരത്ത് ഒരു നേപ്പാളിച്ചെറുക്കൻ ജോലിചെയ്യുന്നുണ്ട്. സീസണിൽ വരുന്ന സഞ്ചാരികൾക്കുവേണ്ടി അൽമോറക്കാരൻ ഒരു കൺട്രാക്ടർ പണി ചെയ്ത വീടുകളിലൊന്നാണിത്. ഉടമസ്ഥൻ മരിക്കുന്നതുവരെ 'ചന്ദ്രകാന്ത്' എന്നായിരുന്നുവത്രേ പേര്. ചെറുപ്പക്കാരനായ മകൻ അധികാരമേറ്റെടുത്തപ്പോൾ എല്ലാ കോട്ടേജുകളുടെയും പേരു മാറ്റി. താൻ ഈ ബോർഡിങ്ങ് ഹൗസിൽ എത്തിയ വർഷത്തിൽ ചന്ദ്രകാന്ത് 'ഗോൾഡൻ നൂക്കാ'യി മാറി.

ആകാശം നരച്ചു വിളറിക്കിടക്കുകയാണ്. നേർത്ത മഞ്ഞിൻപടലങ്ങൾ അകലത്തെ പൈൻമരക്കാടുകൾക്കിടയിൽ ഊളിയിട്ടു കളിക്കുന്നു. മരക്കൂട്ടങ്ങളും ആപ്പിൾത്തോട്ടങ്ങളും കടന്നാൽ കാണുന്ന കുന്നുകൾ വെട്ടിത്തെളിയിച്ചു നഗ്നമാക്കിയിരിക്കുന്നു. ഡിസംബർ മാസത്തിൽ ഉച്ചനേരത്തു നിത്യവും ഈ ജാലകം തുറന്നിട്ട് കുറച്ചിട നോക്കിനില്ക്കാറുണ്ട്. നോക്കെത്തുന്നേടം മുഴുവൻ കുഴമഞ്ഞു മൂടിക്കിടക്കുന്നതുകാണും.

ദിവസങ്ങൾ പച്ചയുടെയും വെളുപ്പിന്റെയും ലോകത്തിൽ നിത്യവും മാറ്റങ്ങൾ വരുത്തുന്നു. അവസാനം അങ്ങിങ്ങായി വെണ്മയുടെ വീണുകിടക്കുന്ന മേഘക്കീറുകൾ, ഉരുകിത്തീരാത്ത ശിശിരത്തിന്റെ ഓർമ്മക്കുറിപ്പുകൾ, ബാക്കി നില്ക്കുന്നു.

മലനിരകൾ മാസങ്ങൾക്കുശേഷം ഇളംചൂടേല്ക്കുന്ന ചൈത്രത്തിന്റെ മധ്യാഹ്നങ്ങൾ. വെയിൽ തെളിയുമ്പോൾ കുന്നിൻചെരുവുകളിൽ മഞ്ഞുരുകിയ വെള്ളിയൊഴുക്കുകൾ കാണാവുന്നു; ഇന്നലെയുടെ കണ്ണീർച്ചോലകൾ.

അവൾ നോക്കിനില്ക്കെ, നരച്ച ആകാശം തെളിഞ്ഞു. പതുക്കെപ്പതുക്കെ മലയോരത്തിൽ ഇളവെയിൽ പരന്നു. താഴ്വരയിലെ നടപ്പാതയുടെ വളവിലെ കൂറ്റൻ ബർച്ചുമരത്തിന്റെ നനവുള്ള ഇലച്ചാർത്തുകൾ തിളങ്ങുന്നു.

മഞ്ഞും മേഘവും കലർന്നുനിന്ന വിദൂരതയിൽ കൊടുമുടികളുടെ നരച്ച ശിരസ്സുകൾ തെളിയുന്നു.

ബോർഡിങ്ങ്ഹൗസിലെ ഇരുപത്തിമൂന്നു മുറികളിൽ ഈയൊന്നിനേ ഈ അനുഗ്രഹമുള്ളൂ. ഉച്ചയ്ക്ക് വെയിൽ തെളിയുമ്പോൾ ജാലകത്തിലൂടെ ഹിമശൃംഗങ്ങൾ തെളിഞ്ഞുവരുന്നതു കാണാം.

മിസ് പുഷ്പാസർക്കാറിന്റെ സുപ്രസിദ്ധമായ മുറി. മൂന്നുകൊല്ലം അവൾ താമസിച്ച മുറി. രാജിക്കത്തെഴുതി ഓഫീസിൽ കൊടുത്ത് ഇറങ്ങിപ്പോകുന്ന നിമിഷത്തിലാണ് അവളെ കണ്ടത്. വരാന്തയിൽവെച്ച് ആരോ പരിചയപ്പെടുത്തി.

ബോർഡിംഗ് ഹൗസിൽ രാത്രികളുടെ ഏകാന്തതയിൽ തന്റെ മുറിയിൽ ഒരു ചെറുപ്പക്കാരനെ സ്വീകരിക്കാൻ തയ്യാറായ പുഷ്പാസർക്കാർ എന്ന ഭയങ്കരിയെപ്പറ്റിയായിരുന്നു സ്ക്കൂൾ ജോലിക്കു ചേർന്ന ദിവസം മുതൽ എവിടെയും കേട്ടിരുന്നത്.

കവിളെല്ലുകൾ ഉന്തി നില്ക്കുന്ന ഈ ശോഷിച്ച ചെറുപ്പക്കാരിയെപ്പറ്റിയാണോ ഇവരീ പറഞ്ഞിരുന്നത്? കണ്ടപ്പോൾ അതാണ് ആദ്യം തോന്നിയത്.

തന്നെ നിർബന്ധിച്ചു രാജിവെപ്പിച്ചു പുറത്താക്കിയപ്പോൾ വന്ന ഒഴിവിൽ കയറിപ്പറ്റാൻ വന്നവളോട് എങ്ങനെ പെരുമാറും ഈ അപകടകാരി? ഭയമുണ്ടായിരുന്നു.

"എന്റെ മുറിതന്നെ എടുത്തോളൂ. അതാണ് ഏറ്റവും നല്ല റൂം."

ഒരു കൂസലുമില്ലാതെയാണ് അവൾ പറഞ്ഞത്. എന്നിട്ടു രണ്ടടി നടന്ന ശേഷം തിരിഞ്ഞുനിന്നു.

"ഇക്കാര്യത്തിൽ എന്റെ ഉപദേശം സ്വീകരിക്കാം. തെറ്റുപറ്റില്ല."

ഒമ്പതു വർഷങ്ങൾക്കു മുൻപാണത്. ഈശ്വരാ, ഒമ്പതു വർഷങ്ങൾ!

പുഷ്പാസർക്കാർ എവിടെയാണിപ്പോൾ? ഇസത്ത് നഗരക്കാരിയായ ഹോംസയൻസ് ടീച്ചർ ഇടയ്ക്കിടെ പുഷ്പാസർക്കാറിന്റെ ഓർമ്മ പുതുക്കിക്കൊണ്ടിരുന്നു. മൂന്നു വിവാഹങ്ങൾ, കോടതിക്കേസുകൾ, ഒളിച്ചോട്ടം. അവസാനം കിട്ടിയ വാർത്ത ഒരു മതം മാറ്റത്തിന്റേതായിരുന്നു.

പുഷ്പാസർക്കാറിനു മുൻപ്- വിമല കണ്ടിട്ടില്ലാത്ത അമ്പതുകാരിയായ മിസ് ഭട്ട്.

അതിനുമുൻപ്-

മലയോരങ്ങൾ മഞ്ഞു വീണു മങ്ങുകയും തെളിയുകയും ചെയ്യുന്നതിനിടയ്ക്ക് ജാലകപ്പഴുതിൽ ചിലപ്പോൾ മുഖങ്ങൾ മാറുന്നു.

പുറത്തു തെളിവുള്ള ഒരു സായാഹ്നം രൂപം കൊള്ളുകയാണ്, മാസങ്ങൾക്കുശേഷം.

ഒന്നു പുറത്തിറങ്ങാം.

ജാലകമടച്ചു കൊളുത്തിട്ടു. സ്റ്റാന്റിൽ വാരിവലിച്ചിട്ട സാരികളുടെ കൂട്ടത്തിൽനിന്ന് ഇളംമഞ്ഞയിൽ തിളങ്ങുന്ന ചുവന്ന ഇലകൾ വിതറിയ സാരി തിരഞ്ഞെടുത്തു. ചുവന്ന ജാക്കറ്റിന്റെ കൈയിലെ കസവുനിറം മങ്ങിയിട്ടുണ്ട്. സാരമില്ല.

കണ്ണാടിയുടെ മുമ്പിൽ നിന്നപ്പോൾ പതിവുപോലെ സ്വയം ആശ്വസിക്കാൻ ശ്രമിച്ചു. ക്ഷീണത്തിനു ഭേദമുണ്ട്. മുഖത്തെ വിളർച്ച കുറഞ്ഞിരിക്കുന്നു. വെളിച്ചം വേണ്ടത്ര വീഴാത്ത കോണിലാണു കണ്ണാടി ഉറപ്പിച്ചിരിക്കുന്നത്. മുടിക്കെട്ടിൽ ഇടയ്ക്കിടെ പ്രത്യക്ഷപ്പെടുന്ന നരച്ച ഇഴകൾ അതിൽ തെളിഞ്ഞു കാണുന്നില്ല.

പകൽ വെളിച്ചം തെളിഞ്ഞു വീഴുന്നേടത്തുനിന്നു കണ്ണാടിയിൽ നോക്കുന്നതു നെഞ്ചിടിപ്പോടെയാണ്.

മഞ്ഞുമൂടിക്കിടക്കാറുള്ള ഈ മലയോരങ്ങളിൽ സമതലത്തിൽനിന്നു വരുന്ന മദ്രാസികൾ വേഗം നരയ്ക്കുമെന്നു അടുക്കളക്കാരിത്തള്ള പറഞ്ഞതു തന്നെ സമാധാനിപ്പിക്കാനാണോ?

മുഖം എണ്ണമയമില്ലാതെ വരണ്ടിരിക്കുന്നു. കുറച്ചു പൗഡറിട്ടു ചുണ്ടിൽ വാസ്‌ലിൻ പുരട്ടി. കറുപ്പു കയറിയ ചുണ്ടുകൾക്ക് ഇപ്പോൾ ചോരകക്കിയ നിറമാണ്. ഹാംഗറിൽകൊളുത്തിയിട്ട നീലക്കോട്ടെടുത്തിട്ടു പുറത്തു കടന്നു വാതിൽ പൂട്ടി.

പോർട്ടിക്കോവിനു പുറത്തെ പടവുകളിലൊന്നിൽ ഇരുന്ന് അമർസിംഗ് ഹുക്കവലിക്കുകയാണ്. കാലിൽചെരുപ്പില്ല. കാക്കിക്കാലുറയും മുഷിഞ്ഞ് അഴുക്കിന്റെ നിറമായ മുട്ടോളമെത്തുന്ന ഷർട്ടും. ധാരാളം തുളകൾ വീണ സ്വെറ്റർ തുറന്നിട്ടിരിക്കുന്നു.

"അമർസിംഗ്, ഞാൻ പുറത്തുപോകുന്നു."

"ജീ."

അയാൾ മൂക്കിലൂടെയും വായിലൂടെയും പുകവിട്ടുകൊണ്ടു നരച്ച കണ്ണുകളുയർത്തി നോക്കി.

"ഒന്നു നടന്നുവരാം."

"ജീ."

അവൾ ഒതുക്കിറങ്ങി നടന്നു.

'ഗോൾഡൻ നൂക്കി'ന്റെ പടി കടന്നാൽ കുന്നിൻ ചെരുവിലൂടെ വളഞ്ഞു പുറത്തിറങ്ങുന്ന നടപ്പാതയാരംഭിക്കുന്നു. കുതിരസ്സവാരിക്കാർക്കുവേണ്ടി കരിങ്കല്ലു പതിച്ചു നിർമ്മിച്ച വഴി മുറിച്ചുകടന്നാൽ, നടപ്പാത പിന്നെയും ഉയരത്തിലേക്കു കയറുന്നു. കൊല്ലത്തിൽ ഒരിക്കൽ പഹാഡികൾ രാമലീല നടത്താറുള്ള വെളിസ്ഥലത്തിനു മുകളിൽ, വഴി അർദ്ധവൃത്തം നിർമ്മിക്കുന്നേടത്തു നിന്നു നോക്കിയാൽ രസമാണ്. മലനിരകളുടെ മധ്യത്തിൽ വീണുകിടക്കുന്ന തടാകം. രണ്ടറ്റത്തായി നഗരത്തിന്റെ ചുകന്ന മേൽക്കൂരകൾ. തടാകത്തെ രണ്ടിഴയായി ചുറ്റിപ്പോകുന്ന നിരത്ത്. മരക്കൂട്ടങ്ങൾക്കിടയിലൂടെ തടാകത്തിന്റെ മറുകരയിലെ കൂറ്റൻ പരസ്യപ്പലകകൾ കാണാം.

തടാകത്തിനും നഗരത്തിനും മുകളിൽ ഏപ്രിൽ മാസത്തിലെ ഇളംമഞ്ഞ് പണ്ടെപ്പോഴോ പകലുറക്കത്തിൽ കണ്ട ഒരു സ്വപ്നംപോലെ പാറിനടക്കുന്നു.

രണ്ട്

ലോകത്തിന്റെ മുകൾത്തട്ടിൽ നില്ക്കുകയാണ് നിങ്ങൾ എന്നു തോന്നിപ്പോകുന്നു. ഉറക്കറയുടെ അടഞ്ഞ ജാലകത്തിന്റെ പഴുതുകളിലൂടെ അരിച്ചെത്തുന്ന പകൽവെളിച്ചത്തിൽനിന്നു മാനംകാക്കാൻ വലിച്ചു താഴ്ത്തിയ കൊതുവലച്ചുരുകളാണു ചുറ്റും രൂപം കൊള്ളുന്നത്. ചുവപ്പുകലർന്ന അന്തിവെളിച്ചം പുളയുന്ന ഹിമശിഖരങ്ങളാണ് നിങ്ങളുടെ കണ്ണുകളുടെ അതിർത്തി കുറിക്കുന്നത്. സ്നേഹത്തോടെ ഒരിക്കലും ഓർമ്മിച്ചിട്ടില്ലാത്ത രാജ്യത്തിന്റെ അതിർത്തികൾ. കുളിർമ്മയുള്ള വായുവിനു പച്ചിലകളുടെയും നനഞ്ഞ ഭൂമിയുടെയും ഗന്ധമുണ്ട്.

ശിശിരത്തിന്റെ അവസാനത്തിൽ ഒരു നിമിഷം.

ഒരു നിമിഷം.... ജീവിതത്തിൽ ഒരു നിമിഷം.

“കാലത്തിന്റെ നടപ്പാതയിൽ ഈ നിമിഷം പണ്ടേ സ്ഥാനം പിടിച്ചതായിരുന്നു.”

സുധീർകുമാർ മിശ്ര

1955 മെയ് 19

ഓടിക്കിതച്ചും കാലിടറിയും അവസാനം നിങ്ങൾ ഇതിന്നു സമീപം എത്തിയിരിക്കുന്നു.

യുഗങ്ങൾക്കുമുമ്പേ നിങ്ങൾക്കുവേണ്ടി രേഖപ്പെടുത്തിയ നിമിഷം.

മൂന്ന്

പാത വിജനമായിരുന്നു. തടാകതീരത്ത് അവിടവിടെ വെള്ളത്തിലിറക്കി ക്കെട്ടിയ ഇഷ്ടികമേഞ്ഞ ചെറിയ താവളങ്ങളിലൊന്നിൽ നീലയുടുപ്പിട്ട ഒരു ചെറുപ്പക്കാരൻ നിന്നു ചായം പൂശുന്നു.

തിളങ്ങുന്ന വിളക്കുകാലുകളിൽ 'നനഞ്ഞ ചായം, സൂക്ഷിക്കുക' എന്നെ ഴുതിയ ബോർഡുകൾ തൂക്കിയിട്ടിട്ടുണ്ട്.

മെയ്മാസത്തിനുവേണ്ടി നഗരം ഉടുത്തൊരുങ്ങുന്നു. അജ്ഞാതരായ സഞ്ചാരികളെത്തുമ്പോഴേക്കു പഴക്കംകൊണ്ടു നിറം മങ്ങിയ മുഖം മിനു ക്കുന്നു; വാർദ്ധക്യത്തിന്റെ വെള്ളിരേഖകൾ മായ്ച്ചു കളയുന്നു.

ബോട്ടുകൾ മിക്കതും രണ്ടറ്റത്തും കുറ്റിക്കാലുകളിൽ ഉറങ്ങിക്കിടക്കുന്നു. വെണ്മണൽ കാണാവുന്ന കരകളിൽ താറാവുകൾ കൊത്തിപ്പറക്കുന്നുണ്ട്. ഓളങ്ങളിൽ ഒഴുകിയെത്തിയ ബഹുവർണ്ണങ്ങൾ പൂശിയ പൊങ്ങുതടികളിൽ ഒന്നു വെള്ളത്തിലേക്കു ചാഞ്ഞുകിടക്കുന്ന മരച്ചില്ലകൾക്കിടയിൽ കുടുങ്ങി ക്കിടന്നു ചാഞ്ചാടുകയാണ്.

പരുക്കൻ സിമന്റു ബഞ്ചിൽ ശൂന്യമായ തടാകത്തിലേക്കു കണ്ണോടിച്ചു കൊണ്ട് വിമല ഇരുന്നു.

ഉറക്കം കഴിഞ്ഞ് ഉത്സാഹംകെട്ട മുഖത്തോടെ ആർക്കോ വേണ്ടി അണി ഞ്ഞൊരുങ്ങുകയാണ് ചുറ്റുപാടും. നഗരത്തിന്റെ ഹൃദയം അവൾക്കു വായിക്കാം. അവർക്കന്യോന്യം മനസ്സിലാക്കാം.

മേയ്മാസത്തിൽ ഈ ചെറുനഗരം ഇരമ്പുകയും ചിരിച്ചാർക്കുകയും വർണ്ണ ങ്ങളും സുഗന്ധങ്ങളും വാരിയെറിയുകയും ചെയ്യുമ്പോൾ വിമല അവജ്ഞ യോടെ നോക്കി നില്ക്കാറുണ്ട്.

ആർക്കുവേണ്ടി?

ഒമ്പതു വർഷങ്ങൾ അന്യോന്യമറിഞ്ഞ കൂട്ടുകാരെന്ന നിലയ്ക്കു ചോദ്യം മനസ്സിൽനിന്നു പുറത്തു കടക്കുകയില്ല.

തല്ലിത്താളിൽനിന്ന് ഒരു ബോട്ടു പുറപ്പെടുന്നതു കണ്ടു. കുട്ടികളാണ്.

നൈനീദേവിയുടെ ക്ഷേത്രത്തിലെ കൂറ്റൻ കുടമണികൾ ശബ്ദിച്ചു.

കുട്ടിക്കാലത്ത് എല്ലാ വെള്ളിയാഴ്ചയും ചൊവ്വാഴ്ചയും അമ്പലത്തിൽ പോയിരുന്നു. പാടം കടന്നു പൊടിമണൽ കുഴഞ്ഞു കിടക്കുന്ന വെട്ടുവഴിയി ലൂടെ നടന്ന് ഇടവഴി കയറിയാൽ അമ്പലമായി. ഇടവഴിയുടെ ഇരുവശത്തും മഞ്ഞപൂക്കൾ സമൃദ്ധമായി വിടർന്നു നില്ക്കുന്ന കരവീരകക്കൂട്ടങ്ങളാണ്. ഉരുളൻകല്ലുകൾ നിറഞ്ഞ ഇടവഴി ഇപ്പോഴും മുന്നിൽ കാണാം. വഴിവക്കിലെ നെയ്ത്തുകാരുടെ കുടിലുകളുടെ മുറ്റത്തു നെടുനീളൻ നൂലുകൾ കെട്ടിയി

ട്ടത് ഇപ്പോഴും ഓർമ്മയുണ്ട്. മാറോട്ടുകഷ്ണങ്ങൾ ചിതറിക്കിടക്കുന്ന അമ്പലമുറ്റത്തുനിന്നു പോരുമ്പോൾ അടിയാളുടെ വേലിക്കടുത്തുനിന്നു കുന്നിക്കുരു പെറുക്കിക്കൂട്ടും.

അന്ന് അച്ഛൻ ദൂരെയെവിടെയോ ജോലിയന്വേഷിച്ചു നടക്കുകയായിരുന്നു. അച്ഛൻ പലപ്പോഴും വീട്ടിൽവരുന്നത് ആർക്കും ഇഷ്ടമുണ്ടായിരുന്നില്ല. സ്വന്തം വീട്ടിൽ നിന്ന് കലഹിച്ചിറങ്ങിപ്പോയ അച്ഛന് എവിടെയും സ്ഥാനമുണ്ടായിരുന്നില്ല.

ഇനിയൊരിക്കലും തിരിച്ചുപോവുകയുണ്ടാവില്ല.

തിടപ്പള്ളി പൊളിഞ്ഞു കിടന്നിരുന്ന ആ അമ്പലം ഇപ്പോഴുമുണ്ടോ?

കവുങ്ങിൻതോട്ടത്തിനു മുകളിൽ നില്ക്കുന്ന വൈക്കോൽമേഞ്ഞ ആ വീട്ടിലേക്കു തിരിച്ചു ചെല്ലുകയുണ്ടാവില്ല.

അച്ഛൻ പിറന്ന ഗ്രാമത്തെ എന്നും വെറുപ്പോടെ മാത്രമേ ഓർക്കാറുള്ളു:

"എനിക്കവിടെ ആരുണ്ട്?"

അൽമോറയിലെ ആപ്പിൾത്തോട്ടവും സ്വന്തം വീടും ഉരുളക്കിഴങ്ങുഗവേഷകന്റെ സ്ഥാനവും നേടിത്തന്ന പദവി അറിയുന്നവർ ആരുണ്ട് നാട്ടിൽ?

ശരിയായിരിക്കും.

അമ്മയ്ക്ക് നാടിനെപ്പറ്റി ഓർക്കാൻ വയ്യാ. ആ കാലാവസ്ഥ എങ്ങനെ സഹിക്കും?

കാലാവസ്ഥയുടെ കുറ്റം കൊണ്ടാണോ?

അച്ഛൻ കമ്പളിച്ചുവട്ടിൽ കിടന്നു ഞെരങ്ങുമ്പോൾ അമ്മ കണ്ണാടിയുടെ മുമ്പിൽനിന്ന് അണിഞ്ഞൊരുങ്ങുന്നു. നാട്ടിലെ കാലാവസ്ഥയുടെ ഭയങ്കരതയെപ്പറ്റി അമ്മ അപ്പോഴാണ് ആരോടെന്നില്ലാതെ പറയുക.

ഒരുപക്ഷേ, അമ്മ ഭയപ്പെടുന്നുണ്ടാവും. അച്ഛൻ അവസാനം തീരുമാനം മാറ്റിയെങ്കിലോ?

കാലാവസ്ഥ!

വീട്ടിനകത്തെ കാലാവസ്ഥയ്ക്കു ചൂടുകൂടുന്നതുകൊണ്ടായിരിക്കും മിസിസ്സ് ചക്രവർത്തിയുടെ വീട്ടിലേക്കെന്നും പറഞ്ഞു പുറത്തിറങ്ങുന്നത്. മിസിസ്സ് ചക്രവർത്തിയുടെ വീട്ടിലെത്താൻ ആൽഫ്രഡ് ഗോമസ്സിന്റെ പടി കടക്കണമായിരിക്കും!

ബോട്ട്ക്ലബിന്റെ സമീപത്ത്, അൽക്കാ ഹോട്ടലിന്റെ എതിർവശത്തായി തടാകത്തിലേക്കു കെട്ടിയിറക്കിയ, ഇതുപോലുള്ള, ആ മണ്ഡപത്തിലിരുന്ന് ഒരിക്കൽ ഗ്രാമത്തെപ്പറ്റി ഓർമ്മിക്കാൻ ശ്രമിച്ചു.

–എനിക്കോർമ്മയില്ല.

–തീരെ?

–പതിനാറു വർഷം മുമ്പാണ് സുധീർ. പതിനാറുവർഷം.

മെയ്മാസത്തിലെ തെളിവുള്ള രാത്രി. ദൂരെയുള്ള മരക്കൂട്ടങ്ങൾ നീലപ്പുക

പോലെ തൂങ്ങി നില്ക്കുന്നു.

–അഞ്ചുവയസ്സിൽ കഴിഞ്ഞതെല്ലാം എനിക്കോർമ്മയുണ്ട്. ഓർത്തുനോക്കൂ.

ഇഴകൾ വേർപ്പെടുത്തെടുക്കുന്നതുപോലെയായിരുന്നു, ഓർക്കുമ്പോൾ. ശബ്ദങ്ങളും വർണങ്ങളും തിരിച്ചുവരുന്നു. കശുവണ്ടി എണ്ണയുടെ മണമുള്ള കടവുതോണി, പച്ചപ്പയ്യുകൾ ചാടുന്ന വയൽവരമ്പിലേക്കു ചാഞ്ഞ കതിർക്കുലകൾ, കാളത്തേക്കിന്റെ ഉരുളൊച്ച, വേട്ടുവക്കുടിലുകളിൽ നിന്നു രാത്രി കേൾക്കുന്ന തുടികൊട്ട്.

“പറയൂ, കേൾക്കട്ടെ.”

മനസ്സ് പിറുപിറുത്തു: അരുത്, നിർബ്ബന്ധിക്കരുത്, സുധീർ, ഓർക്കാൻ എനിക്കതൊക്കെയേ ഉണ്ടാവൂ. ഈ നിമിഷങ്ങൾ. ഇപ്പോൾ സിഗരറ്റിന്റെ മണം പുരണ്ട വാക്കുകൾ കവിളുകളെ തൊട്ടുരുമ്മുന്ന ഈ നിമിഷത്തിൽ ഞാൻ ജീവിക്കട്ടെ.

“സിക്സ്ടീൻ ഇയേഴ്സ്, മൈ ഗോഡ്! നമുക്കാരിക്കൽ പോണം. പ്രിപ്പയ്ഡ് ഫോറൻ അഡ്വൻചർ!”*

കേരളത്തിൽ, കൂട്ടത്തിൽ അവളുടെ ഗ്രാമത്തിൽ, ഉത്തരേന്ത്യയിൽനിന്നു രണ്ടു സഞ്ചാരികളെത്തുന്നു; മിസിസ്സ്, ആൻഡ് മിസ്റ്റർ സുധീർകുമാർമിശ്ര.

“എനിക്കു നിന്റെ നാടുകാണണം. യൂറോപ്പും തെക്കുകിഴക്കേഷ്യയും സിലോണും കണ്ടിട്ടുണ്ട്. കേരളം കാണണം. എന്റെ ഗ്രാമത്തിൽ പച്ചനിറത്തിനു കുളിർമ്മയില്ല. പെണ്ണുങ്ങൾ കുടിക്കാനുള്ള വെള്ളം കൊണ്ടുവരുന്നതു മൂന്നുനാഴിക ദൂരത്തുനിന്നാണ്. സാർവ്വദേശീയ ബന്ധങ്ങളെപ്പറ്റി തിസീസ്സ് എഴുതിയ ഞാൻ ഇന്ത്യ മുഴുവൻ കണ്ടിട്ടില്ലെന്നത് അപമാനമാണ്.”

എന്തു പറയുന്നു വിമല?

എന്തു പറയാൻ?

എനിക്കീ നിമിഷങ്ങൾ മതി...

“നമുക്കു പോകാം.”

പോകാമെന്നല്ല, പോണം.

“തീർച്ചയായും.”

അപരിചിതരെപ്പോലെ കുട്ടിക്കാലത്ത് ഓടിനടന്ന വഴികളിലൂടെയും വയൽവരമ്പുകളിലൂടെയും സഞ്ചരിക്കുക!

മിസ്റ്റർ സുധീർകുമാർ മിശ്ര.

മിസിസ്സ് വിമല മിശ്ര.

കൊടുമുടികളുടെ വെള്ളിത്തലപ്പുകൾ അപ്രത്യക്ഷമായി. മലനിരകളിൽ നിന്നു മറ്റൊരു മേഘലക്കീറുപോലെ ഇളം നീലച്ഛായ കലർന്ന മഞ്ഞിൻപടലം താഴ്വരയിലേക്കു ഇറങ്ങിവന്നു. താഴെ വള്ളിപ്പടർപ്പുകൾക്കിടയിൽ കുടുങ്ങിക്കിടന്ന വർണ്ണശബളമായ പൊങ്ങുതടി സ്വാതന്ത്ര്യം നേടി.

---

* ഒരു വീരസാഹസത്തിനു തയ്യാറാണോ?

അവൾ എഴുന്നേറ്റു. അമ്പലത്തെ ചുറ്റി മല്ലിത്താളിലെ കടവിനു സമീപത്തെ പാതയിലൂടെ നടന്നു.

വൃത്താകൃതിയിൽ നിർമ്മിച്ച മണ്ഡപത്തിനപ്പുറം മണൽവിരിച്ച വെളിസ്ഥലം ഒഴിഞ്ഞുകിടക്കുന്നു. അതിന്റെ അതിർത്തിയിലെ സിനിമാതിയേറ്ററിനു മുന്നിൽ കുറച്ചുപേർ കൂടിനില്ക്കുന്നുണ്ട്. കടവിനു സമീപമെത്തിയപ്പോൾ ഉറങ്ങുന്ന ബോട്ടുകളുടെ തുഴച്ചിൽകാർക്ക് ജീവൻ വന്നു.

വരുന്നോ, മേംസാഹിബ്?

നാലണ മതി, മേംസാഹിബ്!

എല്ലാവരും ക്ഷണിക്കുകയാണ്. കൂട്ടത്തിൽ നിന്നകന്നുകിടക്കുകയാണ് സുപരിചിതമായ 'മേഫ്ളവർ.'

മേഫ്ളവർ! എന്തു ഭംഗിയുള്ള പേര്!

വർഷങ്ങളുടെ പരിക്കുകൾ മേഫ്ളവറിനുമുണ്ട്.

പഴയ തോണിക്കാരൻ പ്രതാപല്ല. ചുവന്ന കുഷ്യനുകളിലൊന്നിലിരുന്നു ബീഡിവലിക്കുന്ന മഞ്ഞപ്പല്ലുകളുള്ള ഒരു ചെറുക്കൻ. അവൻ ഇടുങ്ങിയ കണ്ണുകളിൽ ചിരി നിറച്ചു തന്നെ നോക്കിനിന്നതല്ലാതെ പിടികൂടാൻ ശ്രമിച്ചില്ല. അവൾ മണൽത്തട്ടിലേക്കിറങ്ങിയപ്പോൾ ഇടുങ്ങിയ കണ്ണുകൾ വിടർന്നു. വെള്ളാരങ്കണ്ണുകളിൽ പ്രതീക്ഷയുണ്ട്.

തോണിക്കാരിലാരെങ്കിലും കൈപിടിച്ചു വലിച്ചു കയറ്റിയിട്ടേക്കുമോ എന്നു ഭയം തോന്നി, അവർ ചുറ്റും വളഞ്ഞപ്പോൾ.

'മേഫ്ളവറി'നു നേരെ രണ്ടടിവെച്ചപ്പോൾ ചെറുക്കൻ ബീഡി വെള്ളത്തിലേക്കു വലിച്ചെറിഞ്ഞു. ചാടിയിറങ്ങി.

അവൻ തോണി പിടിച്ചുനിർത്തി. രണ്ടുപേർക്കിരിക്കാവുന്ന കുഷ്യനിൽ അവൾ തലകുനിച്ച് ഒതുങ്ങിയിരുന്നു.

ചെറുക്കൻ തോണി തുഴഞ്ഞുതുടങ്ങി. തോണി കരയിൽനിന്നകന്നപ്പോൾ അവൾ 'മേഫ്ളവറി'ന്റെ പുതിയ തോണിക്കാരനെ കൗതുകത്തോടെ നോക്കി. ചെമ്പിച്ച മുടി, വെള്ളാരങ്കണ്ണുകൾ, ചീർത്തമുഖത്തു തവിട്ടുനിറത്തിലുള്ള ധാരാളം കുത്തുകൾ.

"പ്രതാപ് എവിടെ."

"മരിച്ചുപോയി, മേംസാഹിബ്."

"എന്ന്?"

"നാലുകൊല്ലമായി; കഴിഞ്ഞമാസം എനിക്കു വാടകയ്ക്കു തന്നു. പ്രതാപിന്റെ അനുജൻ ഭട്ട്ജിയെ കാശിന്റെ കാര്യത്തിൽ തോല്പിച്ചപ്പോഴാ പുറത്താക്കിയത്."

"ഉം."

കുറച്ചിട കഴിഞ്ഞപ്പോൾ അവൾ ചോദിച്ചു:

"നിന്റെ പേരെന്താ?"

"ബുദ്ദു. ആളുകൾ അങ്ങനെയാണു വിളിക്കുന്നത്."

അവനൊരു വിഡ്ഢിച്ചിരി ചിരിച്ചു.

വിമലയുടെ ചുണ്ടുകളിൽ നേർത്ത മന്ദഹാസം വിടർന്നു. മഞ്ഞപ്പല്ലുകൾ കാട്ടിക്കൊണ്ടുള്ള വിഡ്ഢിച്ചിരി കണ്ടിട്ടാവണം, അവന് ആ പേർ വീണത്.

"ചിലർ 'ഗോരാസാബെ'*ന്നു വിളിച്ചു കളിയാക്കാറുണ്ട്."

"ഗോരാസാബ്?"

"ആ, മേംസാഹിബ്. എന്റെ അച്ഛൻ വെള്ളക്കാരനായിരുന്നു."

"നേരോ?"

"നേര്, മേംസാഹിബ്. ഞാൻ കണ്ടിട്ടില്ല. അമ്മ പറഞ്ഞതാണ്."

"അമ്മ എന്തുചെയ്യുന്നു."

"മരിച്ചുപോയി," എന്നിട്ടവൻ ദൂരേക്കു ചൂണ്ടിക്കാട്ടി. "ആ കെട്ടിടം കെട്ടിയ കൊല്ലത്തിൽ. ആറേഴുകൊല്ലമായിക്കാണും."

തുഴ താളത്തിൽ വീഴുമ്പോൾ ആഴത്തെ ഓർമ്മിപ്പിച്ചുകൊണ്ട് ജലനിരപ്പിൽ ശബ്ദമുയരുന്നു.

"മേംസാഹിബ് പെൺകുട്ടികളുടെ സ്ക്കൂളിലെ മാസ്റ്ററാണിയല്ലേ?"

ഇവനെങ്ങനെ തന്നെ മനസ്സിലായി എന്ന് അത്ഭുതപ്പെട്ടുകൊണ്ട് അതേ എന്ന അർത്ഥത്തിൽ തല താഴ്ത്തി.

"ഞാൻ കണ്ടിട്ടുണ്ട്."

"ഉം."

അവൻ വീണ്ടും സാവധാനത്തിൽ നിശ്ശബ്ദം തുഴഞ്ഞുകൊണ്ടിരുന്നു.

"നിന്റെ അച്ഛനെവിടെയുണ്ട്?"

"അറിഞ്ഞുകൂടാ. പക്ഷേ, ഞാൻ കണ്ടുപിടിക്കും."

"പേര്?"

"അറിഞ്ഞുകൂടാ, മേംസാഹിബ്. അമ്മ ഒരാഴ്ചയേ കൂടെയുണ്ടായിരുന്നുള്ളൂ, എന്നാലും കണ്ടുപിടിക്കാൻ വഴിയുണ്ട്."

ആലോചിച്ചപ്പോൾ മനസ്സിൽ ഒരു ചിത്രം തെളിഞ്ഞുവന്നു.

പതിനേഴോ പതിനെട്ടോ കൊല്ലംമുമ്പ്–

ഇവന് വയസ്സെത്രയായിക്കാണും? പതിനെട്ടിലേറെയുണ്ടാവില്ല.

പതിനേഴോ പതിനെട്ടാ കൊല്ലം മുമ്പ് ഒരു മെയ് മാസത്തിൽ തടാകതീരത്തെത്തിയ ഒരു വെള്ളക്കാരന്റെ പാർപ്പിടത്തിലേക്കു ദല്ലാളികളിലാരോ ഒരു പെൺകുട്ടിയെ കൊണ്ടുവരുന്നു.

അവർക്കന്യോന്യം സംസാരിക്കാനാവില്ല. ഷിക്കാറിക്കും ഒരിര കിട്ടിയിരിക്കുന്നു....

ഗോരാസാഹിബ്ബിന്റെ സുഖവാസത്തിന്റെ സ്മാരകങ്ങളിലൊന്ന്, ഇതാ, തോണിക്കമ്പിൽ വെള്ളാരങ്കണ്ണുകളും ചെമ്പൻമുടിയും പുള്ളിക്കുത്തുകൾ വീണ മുഖവുമുള്ള ഈ ചെറുക്കൻ.

---

* വെള്ളക്കാരൻ

തടാകത്തിന്റെ കിഴക്കേ ഓരത്തിൽ പ്രകാശത്തിന്റെ ഒരു പാളി തിളങ്ങിക്കൊണ്ടിരുന്നു, പടിഞ്ഞാറൻ ചെരുവിലെ ജീർണ്ണിച്ച ക്ഷേത്രത്തിനു താഴെ കയത്തിനു സമീപം കൊത്തിക്കൊറിക്കുന്ന താറാവിൻകൂട്ടങ്ങൾ നീലപ്പരപ്പിൽ പാറിനിൽക്കുന്ന നുരക്കട്ടകൾപോലെ കാണാം;

"സീസൻ തുടങ്ങാൻ ഇക്കുറി വൈകും, ഇല്ലേ മേംസാഹിബ്?"

"ഉം"

"വെള്ളക്കാർ കഴിഞ്ഞകൊല്ലം കുറവായിരുന്നു. ഇക്കുറി എന്തോ!"

അവൻ ആരോടെന്നില്ലാതെ പറഞ്ഞു.

"ഇക്കുറി കാണുമെന്നാണ് തോന്നുന്നത്, എന്റെ- എന്റെ...."

അവൻ അതു മുഴുമിക്കാൻ വിഷമിക്കുന്നതു കണ്ടപ്പോൾ തമാശ തോന്നി. അവൾ പൂരിപ്പിച്ചു:

"പിതാജി!"

അവന്റെ മുഖത്ത് ഒരു തുടുപ്പു കയറിയിറങ്ങി.

"ങ്ഹാ! ബസ്സ്സ്റ്റാൻഡിലെ ദിന്നുവിന്റെ വലിയമ്മ എന്റെ കൈനോക്കി പറഞ്ഞു."

തല ചെരിച്ചുപിടിച്ച് തടാകമദ്ധ്യത്തിൽ നോക്കിക്കൊണ്ടു തുഴയുന്ന ബുദ്ദുവിന്റെ കണ്ണിൽ പ്രതീക്ഷയുടെ തിളക്കമുണ്ടായിരുന്നു.

"കാണുമ്പോൾ നീയെന്താണ് ചോദിക്കുക?"

"എന്തു ചോദിക്കാൻ? ഞാനൊന്നും ചോദിക്കില്ല. ഒന്നു കാണണം അതുതന്നെ."

വിമലയ്ക്ക് ചിരിക്കാൻ കഴിഞ്ഞില്ല. മനസ്സിന്റെ താഴ്വരയിലെവിടെയോ ഒരു മഞ്ഞുകട്ട ഉരുകുന്ന അനുഭവമാണ് തോന്നിയത്.

-എനിക്കൊന്നും വേണ്ടാ. ഒന്നു കണ്ടാൽ മതി....

വിഡ്ഢിയെപ്പോലെ ചിരിക്കുകയും സംസാരിക്കുകയും ചെയ്യുന്ന ഈ ചെറുക്കനു പറഞ്ഞാൽ മനസ്സിലാവുമോ? എനിക്കും ഒന്നു കണ്ടാൽ മതി, ബുദ്ദൂ. ഒന്നും വേണ്ടാ...

അങ്ങാടിയിലെയും കുന്നിൻചെരുവിലെ വീടുകളിലെയും വിളക്കുകൾ തെളിഞ്ഞു. മണ്ഡപത്തിനു മുകളിലെ വലിയ ഡോംലൈറ്റ് പാൽനിറമുള്ള വെളിച്ചം പരത്തിക്കൊണ്ടു കണ്ണുതുറന്നു. പൈൻമരക്കാടുകൾ നിഴലുകളായി മാറാൻ തുടങ്ങുന്നു.

കടവ് അടുത്തെത്തിയിരിക്കുന്നു.

"അടുപ്പിക്കണോ, മേംസാഹിബ്? അതോ, ഒരു റൗണ്ടുകൂടി-?"

"വേണ്ടാ."

കല്പടവിൽനിന്നു വെള്ളത്തിലേക്കിറക്കിക്കെട്ടിയ മരപ്പലകകൾകൊണ്ടുണ്ടാക്കിയ പ്ലാറ്റ്ഫോമിനരികെ ചെറുക്കൻ തോണിയടുപ്പിച്ചു.

അവൾ പുറത്തു കടന്നു.

ഹാൻഡ്ബാഗിൽനിന്ന് ഒരെട്ടണ നാണ്യം തിരഞ്ഞെടുത്തു നീട്ടി. അവൻ കുപ്പായത്തിന്റെ അകത്തെ കീശയിൽ തപ്പുന്നതു കണ്ടപ്പോൾ ബാക്കിയെടുക്കാനാണെന്നാണ് കരുതിയത്.

"ഉം വെച്ചോ. ബാക്കി ഒരു ചായയ്ക്ക്."

അവൻ മഞ്ഞപ്പല്ലുകൾ മുഴുവൻ കാട്ടി ചിരിച്ചു. കീശയിൽനിന്നു പുറത്തെടുത്തത് ഒരു തോലുറയായിരുന്നു.

അതിൽനിന്നു സൂക്ഷ്മതയോടെ പുറത്തെടുത്ത കടലാസു നീട്ടിക്കൊണ്ടു പറഞ്ഞു:

"നോക്കൂ, മേംസാഹിബ്!"

കടലാസല്ല, പഴയ ഒരു ചിത്രം. കാലപ്പഴക്കംകൊണ്ട് അവന്റെ മുഖത്തെന്ന പോലെ കുത്തുകൾ വീണു തവിട്ടുനിറമായ ഒരു ഫോട്ടോ. കടവിനു മുന്നിൽ കത്തുന്ന വിളക്കിന്റെ വെളിച്ചത്തിൽ, കുതിരപ്പുറത്തിരിക്കുന്ന മുറിക്കാലുറകളും പുള്ളോവറുമിട്ട ഒരു ചെറുപ്പക്കാരൻ സായ്വിന്റെ രൂപം. അവൾ ഒരു നിമിഷം നോക്കിനിന്നു.

തിരിച്ചു കൊടുത്തപ്പോൾ അവൻ സ്വരം താഴ്ത്തി പറഞ്ഞു:

"ഞാൻ കണ്ടുപിടിക്കുമെന്നു പറയുന്നതിന്റെ രഹസ്യം ഇതാണ്, മേംസാഹിബ്! ആരോടും പറഞ്ഞിട്ടില്ല."

ബസ്സ്സ്റ്റാൻഡ് വിജനമായിരുന്നു. കറുത്ത കുപ്പായങ്ങളും പുറകിൽ കെട്ടു കയറുകളുമായി ഭോട്ടിയ ചുമട്ടുകാർ കാലദൂതരെപ്പോലെ കൂനിക്കൂടി കാവലിരിക്കുന്നു.

തപാലാപ്പീസിന്റെ വരാന്തയ്ക്കടുത്തു നില്ക്കുന്ന പട്ടാളക്കാരുടെ തറയ്ക്കുന്ന കണ്ണുകൾ മുഖം തിരിക്കാതെതന്നെ കാണാമായിരുന്നു. നടത്തത്തിന് അല്പം ധൃതികൂട്ടി.

പടിഞ്ഞാറെപ്പാതയിൽനിന്നു മുകളിലേക്കുള്ള വഴി തിരിയുന്നേടത്തുനിന്നു ബോർഡിങ്ങ് ഹൗസിന്റെ മുറ്റത്തെ ഉയർന്ന കമ്പിക്കാലിലെ വിളക്ക് ഇലപ്പടർപ്പുകൾക്കിടിയിലൂടെ കരയുന്ന ഒരു നക്ഷത്രംപോലെ, മുനിഞ്ഞുനില്ക്കുന്നതു കാണാം.

നാല്

കയറ്റുകട്ടിലിലെ കിൽട്ടിന്നടിയിലേക്കു നൂണിറങ്ങിക്കിടന്നപ്പോൾ ആശ്വസിച്ചു. ഒരു ദിവസംകൂടി അവസാനിക്കുന്നു.

പതിവിലുമധികം ക്ഷീണം തോന്നി. കണ്ണടച്ചപ്പോൾ പതിവിലും നേരത്തെ ഇന്ന് ഉറക്കം വരുമെന്നു തോന്നി. ഉറക്കമല്ല, അവസാനിക്കാത്ത ആഴത്തിലേക്കു വീണുപോവുകയാണെന്ന തോന്നൽ. ശരീരം മാത്രമല്ല, കയറ്റുകട്ടിലും മുറിയും കെട്ടിടം മുഴുവനും കൊടുമുടിയുടെ തുന്നാടിത്തലപ്പിൽനിന്നു താഴത്തേക്ക്, ഒരു പഞ്ഞിക്കീറുപോലെ, അലസമായി താണുപോകുന്നു....

ഞെട്ടിത്തെറിച്ചു കണ്ണു തുറന്നു കിടന്നു. കണ്ണടയുമ്പോൾ ആഴത്തിലേക്ക്, ആഴത്തിലേക്ക്....

മനസ്സ് ചപലനായ ഒരു മരഞ്ചാടിയെപ്പോലെയാണ്. അല്ലെങ്കിൽ രശ്മിയെപ്പറ്റി ഇപ്പോൾ ഓർക്കേണ്ട കാര്യമില്ല.

ഹൽദാനിയിലെ മുസാവരിബംഗ്ലാവിലെ മൂന്നു മുറികളിലൊന്നിലേക്ക് ഇരുണ്ട നാഴികകൾ ചാടിക്കടന്നു കണ്ണുകൾ ചുഴിഞ്ഞുനോക്കുന്നു....

മറ്റു പലതിനെക്കുറിച്ചും ഓർമ്മിക്കാനുണ്ട്.

തടാകതീരത്ത് എവിടെന്നോ കൊട്ടും കുഴലും ആർപ്പുവിളികളും അടഞ്ഞ ജാലകം കടന്നു ചെവിയിലെത്തുന്നു.

പഹാഡികളുടെ ഒരു കല്യാണഘോഷയാത്രയായിരിക്കും. പെട്രോമാക്സ് വിളക്കുകൾ, തലപ്പാവും പട്ടുകുപ്പായവും. അരയിൽ വാളുമണിഞ്ഞു കുതിരപ്പുറത്തിരിക്കുന്ന വരനും കൂട്ടുകാരും– പലപ്പോഴും കണ്ട ആ രംഗം മനസ്സിൽ തെളിഞ്ഞുവന്നു.

കുന്നിൻചെരിവുകളിലെവിടെയോ പൈൻമരങ്ങൾക്കിടയിൽ ഒരു ചെറുപുഴയിൽ വധു വാദ്യഘോഷങ്ങൾ അടുത്തെത്തുന്നതിനെ ചെവി വട്ടം പിടിച്ചു കാത്തിരിക്കുകയാവും. അവളുടെ നിമിഷങ്ങൾ, ആലിപ്പഴങ്ങൾ പോലെ, ഉറഞ്ഞുവീഴുന്നു.

ലോകം മുഴുവൻ കാത്തിരിക്കുകയാണ്.

ബസ്സ്റ്റാൻഡിലോ മന്ദിരത്തിന്റെ പടിക്കലോ പഴയ ഒരു തോലുറ നെഞ്ചിനടുത്തു സൂക്ഷിച്ചുവെച്ചുകൊണ്ട് തോണിക്കാരൻ ബുദ്ധു കിടന്നുറങ്ങുകയാവുമിപ്പോൾ. ഒരിക്കൽ അവന്റെ 'ഗോരാസാഹിബ്' വരാതിരിക്കില്ല.

ഒരിക്കൽ വരാതിരിക്കയില്ല....

–ഞാനും നിങ്ങളുമെല്ലാം യുഗങ്ങളായി കാത്തിരിക്കുകയായിരുന്നു.

കാലത്തിന്റെ പാറക്കെട്ടുകളിൽ മഞ്ഞു വീഴുന്നു, ഉരുകുന്നു, വീണ്ടും മഞ്ഞിൻപടലങ്ങൾ തണുത്തുറഞ്ഞു കട്ട പിടിക്കുന്നു.

നാമെല്ലാം കാത്തിരിക്കുന്നു....

മഞ്ഞപ്പല്ലുകളും മുഖത്തു പുള്ളിക്കുത്തുകളുമുള്ള ബുദ്ദുവിനോടു സ്നേഹം തോന്നി. അവന്റെ കഥ കേട്ടവരെല്ലാം പരിഹസിച്ചിട്ടേ ഉണ്ടാവൂ.

അവൾക്കതു മനസ്സിലാക്കാം. കാരണം, ഒമ്പതു വർഷങ്ങൾക്കുമുൻപു നഷ്ടപ്പെട്ട ഒരു സ്വപ്നം വീണ്ടും മുന്നിൽ ജീവൻകൊള്ളുമെന്നു ഓരോ ഏപ്രിൽമാസത്തിലും ഓർത്തുപോവുന്നു.

താഴ്വരകൾ എങ്ങുനിന്നോ വരുന്ന സഞ്ചാരികൾക്കുവേണ്ടി ഒരുങ്ങാൻ ആരംഭിക്കുമ്പോൾ അകത്ത് അടക്കിയൊളിപ്പിച്ച ഒരു കോണിൽനിന്ന് മർമ്മര മുയരുന്നു.

ഞാൻ ആരെയും കാത്തിരിക്കുന്നില്ല. സ്വയം വിശ്വസിപ്പിക്കാൻ ശ്രമിച്ചു നോക്കി.

ആർ ആരെയാണു വഞ്ചിക്കുന്നത്?

ആപ്പിൾത്തോട്ടങ്ങളിൽ പൂക്കൾ വിടരുമ്പോൾ, മലഞ്ചെരുവുകളിൽ മഞ്ഞുരുകുമ്പോൾ, തിളങ്ങുന്ന വെയിലിൽ ദൂരത്തെ കൊടുമുടികൾ തെളിയുമ്പോൾ, ഓർക്കുകയാണ്: ഇതാ കുമയൂൺകുന്നുകളിൽ മറ്റൊരു വസന്തം!

ചുറ്റും പ്രകൃതിയുടെ മുഖം മാറുന്നതു ശ്രദ്ധിക്കാതെയിരിക്കുന്നു. ഒരു രാത്രി പുറത്തെവിടെനിന്നോ ബഹളം കേട്ടു.

ചെവിയോർത്തപ്പോൾ ആഹ്ലാദത്തിന്റെ ആർപ്പുവിളികളാണ്.

“ഹോളി ഗംഗാ സാഗർമേ

പാറ് ഗംഗാ സാഗർമേ

ഹോളി ഹേ....”

ഇതാ, മറ്റൊരു ഹോളി അടുത്തെത്തിയിരിക്കുന്നു.

“ബീബിജീ, മറ്റന്നാളാണ് ഹോളി.”

ബക്ഷീസിന്റെ കാര്യം അമർസിംഗ് നേരത്തേ ഓർമ്മപ്പെടുത്തി.

ഇപ്പോൾ സഞ്ചാരികളുടെ കൂട്ടായ കാലൊച്ച കേൾക്കാൻ രാത്രികൾ ചെവി ടോർക്കുന്നു.

തടാകത്തിലെ ജലംപോലെതന്നെ കാലം തളം കെട്ടിക്കിടക്കുകയാണ്.

വർഷങ്ങൾക്കുശേഷം വരുന്നവരെല്ലാം പറയുന്നുണ്ടാവും: ഇവിടം പണ്ടു കണ്ടതുപോലെതന്നെയുണ്ട്.

ഒൻപതു വർഷങ്ങൾക്കിടയിൽ എന്തെല്ലാം മാറി? ജീവിതത്തിൽനിന്ന് ഒളി ച്ചോടിയെത്തുന്നവരേ, നിങ്ങൾക്ക് അതു കാണാൻ കഴിയില്ല. കാരണം, ഇരുണ്ട മുടിച്ചുരുളുകൾക്കിടയിൽ നരച്ച രേഖകൾ മറഞ്ഞുകിടക്കുന്നു. വിളക്കുമരങ്ങളുടെ പച്ചച്ചായത്തിനകത്ത് ഉറക്കുത്തിയ ആഴങ്ങളും സുഷിര ങ്ങളും മറഞ്ഞുകിടക്കുന്നു.

ഭൂമിയുടെ കിരീടത്തിൽ ചവിട്ടിയ ജയഭേരിയോടെ ഞാനും നിങ്ങളും ഇരുന്ന പാറക്കെട്ടിന്റെ പേർകൂടി മാറിപ്പോയി.

ഇരുട്ടിന്റെ ആഴത്തിലേക്കു വീണുവീണ് എത്തുമ്പോൾ, ഈശ്വരാ, ഇവിടെ വെൺമേഘങ്ങൾ പാറിനടക്കുന്നു....

കരിങ്കല്ലു പാകിയ പാതയിലൂടെ നീങ്ങുന്ന കുതിരക്കുളമ്പടികളുടെ ശബ്ദം.

കറുത്ത കുതിരക്കാരൻ. വൃത്തികെട്ട രോമക്കോട്ടിന്റെ കീശകൾ കനംതൂങ്ങുന്നു. തലയിൽ വട്ടത്തൊപ്പി. കഴുത്തിൽ ചുറ്റിയിട്ട മഫ്ളർ. വെള്ളയും തവിട്ടും നിറത്തിലുള്ള കുതിരകൾ.

“എനിക്കീ വെള്ളക്കുതിരയെ മതി.”

“യുവർ ചോയ്സ്.”

“സൈസ്, ഇവന്റെ പേരെന്താണ്?”

“ഇവനല്ല, ഇവൾ. സുവോളജി പഠിപ്പിച്ചിട്ടും അതറിഞ്ഞുകൂടാ!”

മുഖം നാണംകൊണ്ട് കുനിഞ്ഞുപോയി.

സൈസ് പറഞ്ഞു: “മോത്തി.”

താണസ്വരത്തിൽ: “ഈ രാജ്യത്ത് കുതിരകൾക്ക് ഒരു പേരേയുള്ളൂ; മോത്തി.”

കുന്നിൻമുകളിൽ കുതിരകളെ കെട്ടിയിട്ടു വീണ്ടും നടന്നപ്പോൾ ചെറിയ അമ്പലം കണ്ടു. കഴുത്തിൽ ക്യാമറ തൂക്കിയിട്ട സഞ്ചാരികൾ പലരുമുണ്ട് അമ്പലമുറ്റത്ത്. ഇരുമ്പഴികളിൽ തൂക്കിയിട്ട കുടമണികൾകിലുങ്ങുന്നു. പലരും പ്രാർത്ഥിക്കുന്നു.

“നമുക്ക് ഈ വഴി കയറിനോക്കാം.”

തെളിവുള്ള പ്രഭാതം, വായുവിൽ പുകയുടെ ഗന്ധം തങ്ങിനില്ക്കുന്നു.

“ഈ വഴി വന്നിട്ടുണ്ടോ?”

“ഇല്ല.”

“പേരറിയാമോ?”

കാലടികളിലേക്കു നോക്കി ചിരിച്ചുപോയി. അറിയാം. പുറത്തുപറഞ്ഞില്ല.

“നല്ല പേര്! ലവേഴ്സ്ട്രാക്ക്!”

അന്തരീക്ഷത്തിന്റെ മാറിലേക്കു തറച്ചുനില്ക്കുന്ന ഒടിഞ്ഞ അസ്ത്രം പോലെയുണ്ട് പാറക്കെട്ട്.

“ആളുകൾ പാറയ്ക്കു പേരിടാത്തതെന്താണാവോ?”

പ്രേമത്തിന്റെ നടപ്പാത അവസാനിക്കുന്നേടത്ത്-

“എന്തിന്റെ പാറക്കെട്ടാണെന്നാണു പറയേണ്ടത്?”

പാറയിൽ അവിടവിടെ ചില പേരുകൾ കൊത്തിവെച്ചിരിക്കുന്നു.

1953 മീന- കിശോർ.

പി  എസ്

“ഇന്നലെ ഹോട്ടലിൽവെച്ചു പരിചയപ്പെട്ട രണ്ടു ചെറുപ്പക്കാരാണ് ഈ സ്ഥലത്തെപ്പറ്റി പറഞ്ഞത്.”

പാറയുടെ കൂർത്ത നെറുകയിൽനിന്നു നോക്കിയാൽ ഭയം തോന്നും. ആപ്പിൾപാടങ്ങൾ ചെറിയ ചതുരക്കള്ളികളായേ തോന്നൂ. ഹൃദയത്തിന്റെ സംഗീതം കേൾക്കാനെത്തുന്ന ഇണകൾക്കു പാറയുടെ ചെരുവിൽ ലോകം ഏകാന്തമായ മൂലകൾ ഒരുക്കിവെച്ചിരിക്കുന്നു.

“പഴയ പേരുകൾ മാഞ്ഞുപോകുന്നു. പുതിയ പേരുകൾ പെരുകുന്നു.”

നനുത്ത കാറ്റും ഇളംചൂടുള്ള വെയിലും. അയാൾ സഞ്ചരിച്ച നഗരത്തെപ്പറ്റി സംസാരിക്കുകയായിരുന്നു. പലതിനെപ്പറ്റിയും. ജിം കോർബറ്റ്... വൈസ്ചാൻസലർ... ആട്ടോബാൻ... കിസ്സിങ്ങ്ഗെയ്ം.

തുടർച്ചയായി സംസാരിക്കുന്ന ആ മനുഷ്യനെ അഞ്ചു ദിവസം മുമ്പാണ് കണ്ടത്. തടാകതീരത്തുവെച്ചു ചിരിച്ചുകൊണ്ടു സമയം ചോദിച്ചത് അഞ്ചു ദിവസം മുൻപാണോ? ബസ്സിൽ അടുത്തിരിക്കേണ്ടിവന്നത് അന്നുരാവിലെയാണോ? അഞ്ചുവർഷങ്ങളേക്കാൾ അപ്പുറമാണല്ലോ!....

കാപ്പിറ്റോളിന്റെ മുകളിൽ അടഞ്ഞ ജാലകത്തിനു താഴെ, നഗരത്തിന്റെ കണ്ണുകൾ തിളങ്ങുമ്പോൾ, കിൽട്ടിനുകീഴെ കനമുള്ള കൈത്തണ്ടയിൽ തല ചേർത്തു കിടക്കുമ്പോൾ വിളിച്ചുപറയാൻ തോന്നി:

ഞാൻ തനിച്ചല്ല.... ഞാൻ തനിച്ചല്ല.

അറിയുമോ, ആ പാറക്കെട്ടിന്റെ മുകളിലേക്കു സഞ്ചാരികൾ ഇപ്പോൾ കയറിച്ചെല്ലാറില്ല. ഒരു ജൂൺമാസത്തിൽ പാറയുടെ കൂർത്ത ശിരസ്സിൽ കയറിനിന്ന് ഒരു പെൺകുട്ടി താഴേക്ക് എടുത്തുചാടി. ഇണകൾ കെട്ടിപ്പിടിച്ചു. കിടന്നുരുളാറുള്ള ചെരുവുകൾ ഒഴിഞ്ഞുകിടക്കുന്നു. വഴി തിരിയുന്നേടത്ത് ആരോ ഒരു കല്ലിൽ ചുറ്റികകൊണ്ടു കൊത്തിവെച്ചു: “ദിസ് വേ ടു ഈസി ഡെത്ത്.”[1] ഒരു തലയോടും താഴെ പിണച്ചുവെച്ച രണ്ടസ്ഥിയും.

പറഞ്ഞുപറഞ്ഞ് ആ വഴിക്കു പുതിയൊരു പേർ വീണു: “ഡെവിൾസ് ട്രാക്ക്.”[2]

ആകാശം മുട്ടുന്ന പാറക്കെട്ടിന്റെ മുകളിൽനിന്ന് അഗാധതയിലേക്ക്...

---

1. ഈ വഴി എളുപ്പമരണത്തിലേക്ക്.
2. പിശാചിന്റെ പാത.

അഞ്ച്

അമർസിംഗ് രണ്ടു കത്തുകൊണ്ടുവന്നു.

കത്തുകൾ മുന്നിൽ വീഴുമ്പോൾ എത്ര നിയന്ത്രിച്ചാലും നെഞ്ചിടിപ്പു വർദ്ധിച്ചുപോവും. ഒമ്പതു വർഷങ്ങൾ കഴിഞ്ഞിട്ടും വിശ്വസിക്കാതിരിക്കാൻ വയ്യ; ഒരിക്കൽ കവർ തുറന്നു കടലാസ് നിവർത്തുമ്പോൾ–

നൃത്തംവയ്ക്കുന്ന വൈലറ്റ് അക്ഷരങ്ങൾ;

"എന്റെ പ്രിയപ്പെട്ട വിമലേ!"

തപാലാപ്പീസിൽനിന്ന് അമർസിംഗ് വരുമ്പോഴെല്ലാം പ്രതീക്ഷകളുടെ ഒരു മായാലോകം നിമിഷംകൊണ്ടു മുന്നിലുയരുന്നു. നീർക്കുമിളപോലെ പൊടിഞ്ഞുപോകുന്നു.

ബാബുവിന്റെ കാർഡാണൊന്ന്. ഹിന്ദിയിലേ എഴുതാറുള്ളൂ. ബാബുവിനും അനിതയ്ക്കും മലയാളം എഴുതാനും വായിക്കാനും അറിഞ്ഞുകൂടാ.

അവസാനത്തെ രണ്ടുമൂന്നു വാചകത്തിൽ കണ്ണോടിച്ചപ്പോൾ കാര്യം മനസ്സിലായി: "അതുകൊണ്ട് കത്തുകിട്ടിയ ഉടനെ ചേച്ചി എനിക്ക് ഇരുപത്തിയഞ്ചുരൂപ അയച്ചുതരണം."

അമ്പത്തിമൂന്നു നാഴികയകലെ ഉരുളക്കിഴങ്ങു പാടങ്ങളുടെ നടുവിലെ വീടിനെപ്പറ്റി ഓർക്കാതിരിക്കാൻ കഴിഞ്ഞില്ല.

മൂന്നുമണിക്കൂർ ദൂരത്തിനപ്പുറത്തു തന്റെ കുടുംബമുണ്ട്; അച്ഛൻ, അമ്മ, ബാബു, അനിത.

വീട്ടിലായിരിക്കുമ്പോൾ വിമലയും അനിതയും ഡൈനിങ്ങ് റൂമിനു തൊട്ടടുത്ത ചെറിയ കിടപ്പുമുറിയിലാണ് ഉറങ്ങുക പതിവ്. അതിനു തൊട്ട സ്റ്റോർമുറിയിലെ കയറ്റുകട്ടിൽ ബാബുവിന്റെയാണ്.

പക്ഷേ, രാത്രി കട്ടിൽ ഒഴിഞ്ഞുകിടക്കുകയാണ് പതിവ്. വീട് ഇരുളിൽ മുങ്ങിയാൽ പുറത്തേക്കുള്ള വാതിൽ തുറന്ന് അവൻ ഇറങ്ങിപോയിട്ടുണ്ടാവും. ഡാക്ക് ബംഗ്ലാവിന്റെ സമീപത്തെ പീടികയുടെ മുകളിൽ കഞ്ചാവിന്റെ പുക മൂടിനില്ക്കുന്ന മുറിയിലിരുന്ന്, അവൻ പണംവെച്ചു ശീട്ടുകളിക്കുകയാവും. അമ്മയ്ക്കറിയാം. വെള്ളമെടുക്കാൻവേണ്ടി ഡൈനിങ്ങ് റൂമിലേക്കു വന്നു സ്വിച്ചിടുമ്പോൾ സ്റ്റോർമുറിയിലേക്ക് വെളിച്ചം വീഴും. ഒഴിഞ്ഞ കട്ടിൽ കണ്ടില്ലെന്നു നടിച്ച് തിരിച്ചുപോവുന്നു.

"ബാബു ഉറങ്ങിയോ?"

"ഉം."

"ഇത്ര നേർത്തെ?"

"ഉം."

അമ്മയ്ക്കങ്ങനെ പറയാനേ കഴിയൂ. കാരണം, അമ്മ മകന്റെ കണ്ണുകളിൽ തറച്ചുനോക്കുമ്പോൾ ഭയം പുറത്തുകാട്ടുന്നില്ലെന്നേയുള്ളൂ.

ബാബുവിന്റെ കണ്ണുകളിൽ എപ്പോഴും ഒരു ഭീഷണിയുണ്ട്.

ഒരിക്കൽ–

കോളേജ് പൂട്ടിയ കാലത്താണ്. അച്ഛൻ കുളിമുറിയിലായിരുന്നു.

"എനിക്ക് അമ്പതു രൂപാ വേണം."

"എന്റെ കൈയിൽ പണമില്ല."

"ഉണ്ടാക്കണം. അത്യാവശ്യമാണ്."

"അച്ഛനോടു ചോദിച്ചോ. ഞാനാ ഇവിടെ പണം കൊണ്ടുവരുന്നത്?"

"പണം തരുന്നില്ലെങ്കിൽ –"

അവൻ ഒരുനിമിഷം നിർത്തി.

അമ്മയുടെ നിശ്ശബ്ദത വിങ്ങിപ്പൊട്ടുന്നതായിരുന്നു.

"ഒരു കത്തു തന്നാൽ മതി. ഞാൻ മിസ്റ്റർ ഗോമസ്സിന്റെ പക്കൽനിന്നു വാങ്ങിക്കൊള്ളാം."

"ബാബൂ!"

അമ്മയും മകനും പരസ്പരം അളന്നുകൊണ്ടു നില്ക്കുമ്പോൾ തന്റെ നെഞ്ചിടിപ്പുകൾ മാത്രമാണ് കേൾക്കാനുണ്ടായിരുന്നത്.

അവൾ ഡ്രോയിങ്ങ്റൂമിലെ സെറ്റിയിൽ തളർന്നിരുന്നുപോയി.

അമ്മ അകത്തേക്കുപോയി. പെട്ടികൾ തുറക്കുന്നതും അടയ്ക്കുന്നതും കേട്ടു. നിമിഷങ്ങൾക്കുശേഷം അനിയൻ വിജയഭാവത്തിൽ ഇറങ്ങിപ്പോകുന്നതു കണ്ടു.

അച്ഛൻ വലിയ കിടപ്പുമുറിയുടെ അരികിൽ വലിയ ഇരട്ടക്കട്ടിലിൽ കണ്ണടച്ചു കിടക്കുകയാവും.

ഉറങ്ങാത്തപ്പോഴും കണ്ണടച്ചാണു കിടക്കുക. കൺപോളകൾ, ആളുകളുടെ കാൽപ്പെരുമാറ്റം കേൾക്കുമ്പോൾ തുടിക്കും. പ്രയാസപ്പെട്ടാണ് കണ്ണുതുറക്കുക.

അച്ഛൻ സംസാരിക്കുമ്പോഴാണ് വേദന തോന്നുക. ഇഴഞ്ഞുനീങ്ങുന്ന അവ്യക്തശബ്ദങ്ങൾ.

കഴിഞ്ഞാഴ്ച അമ്മ എഴുതി: ഇപ്പോൾ തീരെ സംസാരിക്കാൻ വയ്യാ, കൺപോളകൾ മാത്രമാണ് ഇളകുന്നത്.

രണ്ടുകൊല്ലമായി ഈ കിടപ്പ്. കട്ടിലിന്നു സമീപം ചെന്നു നില്ക്കുമ്പോഴെല്ലാം തോന്നാറുണ്ട്, മരണം അച്ഛന് ഒരനുഗ്രഹമാണ് എന്ന്. കാരണം, അവൾ ആരാധിച്ചിരുന്ന അച്ഛൻ വർഷങ്ങൾക്കുമുമ്പേ മരിച്ചു കഴിഞ്ഞു. ക്രീം നിറത്തിലുള്ള സൂട്ടും തലയിൽ ഫെൽറ്റ് ഹാറ്റുമായി ചൂരൽവടി വീശിക്കൊണ്ടു

നടന്നുവരുന്ന അച്ഛന്റെ മെലിഞ്ഞുനീണ്ട രൂപമാണ് മനസ്സിൽ കാണുക. അച്ഛൻ കുടുംബത്തിലെ നായകൻ മാത്രമല്ല, ചക്രവർത്തികൂടിയായിരുന്നു. ഊൺമുറിയിൽ അച്ഛനു സിംഹാസനംപോലെ ചിത്രപ്പണികൾ ചെയ്ത ഒരു കൂറ്റൻ കസേരയുണ്ട്. അതാരും തൊടരുത്. അതിലൂടെ കടന്നുപോകുമ്പോഴെല്ലാം ഭയപ്പാടോടെയാണ് ആ കസേരയെ നോക്കുക.

അച്ഛൻ വീട്ടിലെത്തിയാൽ ശബ്ദങ്ങൾ കേട്ടുകൂടാ. കത്തിച്ച പൈപ്പിന്റെ പുകയിലമണം വീട്ടിനകത്ത് ഒഴുകിനടക്കും. എല്ലാവരും താണസ്വരത്തിലേ സംസാരിക്കൂ.

ഉച്ചയ്ക്കു ഊണു കഴിഞ്ഞു കിടന്നാൽ അമ്മയ്ക്കു കണ്ണടയ്ക്കാൻ പേടിയാണ്.

മണിയെത്രയായി? മൂന്നുമണിക്കു ഒരുങ്ങാൻ തുടങ്ങിയാലേ നാലരയ്ക്ക് അച്ഛൻ തിരിച്ചെത്തുമ്പോൾ കാപ്പിയും പലഹാരങ്ങളും തയ്യാറാവൂ. ഉടുപ്പു മാറ്റാതെ നേരെ വന്നിരിക്കുന്നതു ഡൈനിങ്ങ്റൂമിലാണ്. മേശപ്പുറത്ത് എല്ലാം നിറഞ്ഞു കണ്ടിട്ടില്ലെങ്കിൽ കൊടുങ്കാറ്റാണ്.

അച്ഛന്റെകൂടെ ഭക്ഷണം കഴിക്കാനിരിക്കുന്നതു ഭയമായിരുന്നു.

വിമലയെവിടെ? ബാബു എവിടെ?

– അവർക്കായിട്ടില്ല. അവർ പിന്നെ കഴിച്ചോട്ടെ.

വിമലാ, ബാബു! കം അൻഡ് ജോയിൻ മീ.

ഗ്ലാസ്സുകൾ തുളുമ്പിപ്പോയാൽ, ഏമ്പക്കമിട്ടാൽ, തുമ്മിയാൽ, അച്ഛന്റെ സ്വതേ തുടുത്ത മുഖം വല്ലാതെ ചുവക്കും. ശകാരിക്കില്ല. ശകാരത്തേക്കാൾ ഭയം ആ നോട്ടമായിരുന്നു.

അനിത ഒരിക്കൽ പറഞ്ഞു:

“നമുക്കു നാട്ടിൽപോകണം, അച്ഛാ.”

“നാട്ടിൽ നിന്റെ മുത്തച്ഛനുണ്ടോ?”

അനിയത്തിയുടെ കണ്ണുകൾ നിറഞ്ഞു.

നാടിനെപ്പറ്റി സ്നേഹത്തോടെ അച്ഛൻ സംസാരിച്ചു കേട്ടിട്ടില്ല.

അച്ഛനെ എന്നും പേടിയായിരുന്നു.

അച്ഛനു കത്തെഴുതുമ്പോൾക്കൂടി ഭയമായിരുന്നു. ഇംഗ്ലീഷിൽവേണം എഴുതുക എന്നു നിർബന്ധമാണ്..... അയയ്ക്കുന്ന ഓരോ കത്തും തെറ്റിയ ഭാഗങ്ങൾ അടിവരയിട്ടു തിരിച്ചുവരും.

കൂടെ ഒരു താക്കീതും:

കഷ്ടപ്പെട്ടുണ്ടാക്കുന്ന പണം ചെലവഴിച്ചാണു നീ പഠിക്കുന്നതെന്ന് ഓർമ്മ വേണം.

അതൊക്കെ മുമ്പായിരുന്നു. ഇപ്പോൾ ആർക്കും അച്ഛനെ ഭയപ്പെടേണ്ട. എഴുന്നേല്ക്കാൻ വയ്യ. കണ്ണുകളിൽ മാത്രം പഴയ തീനാളങ്ങൾ ബാക്കികിടക്കുന്നു.

നാലുമാസം മുമ്പാണ് ഒരിക്കൽ വീട്ടിൽ പോയത്. ഒരു രാത്രി വീട്ടിൽ താമസിച്ചപ്പോൾ മടുത്തുപോയി. രാവിലത്തെ ബസ്സിനുതന്നെ സ്ഥലം വിട്ടു.

വൈകുന്നേരം വീട്ടിൽ അച്ഛനും അവളും തനിച്ചായി. കട്ടിലിന്നുസമീപം നിന്നപ്പോൾ കുഴഞ്ഞനാവ് എന്തോ സംസാരിക്കാൻ പ്രയാസപ്പെടുന്നതു കണ്ടു.

“അച്ഛൻ സംസാരിക്കണ്ട. ക്ഷീണിക്കും.”

അപ്പോൾ ആദ്യമായി ആ കണ്ണുകളിൽ നിസ്സഹായത കണ്ടു. നാട്ടിൽ ആർക്കും വേണ്ടാതെ കിടന്ന ഒരു ചെറുക്കൻ വലിയൊരു വീട്ടിലെ പെൺകുട്ടിയെ കല്യാണം കഴിച്ചു. അതൊരു വീരസാഹസത്തിന്റെ കഥയായിരുന്നു. കുട്ടിക്കാലത്തു പലപ്പോഴും കേട്ടിട്ടുള്ളതാണ്. തോട്ടത്തിലെ കണക്കെഴുത്തുകാരനായി. തപാൽ മാസ്റ്ററായി. അമ്മയുടെ കഴുത്തിലെ മിന്നുവിറ്റ് എങ്ങോട്ടോ പോയി. പിന്നീട് കേൾക്കുന്നതു മദ്രാസിൽ പഠിക്കുന്നുവെന്നാണ്. കല്യാണം കഴിഞ്ഞു മൂത്ത പെങ്ങളുമായി വഴക്കുകൂടിയപ്പോൾ അവകാശത്തീരു ദാനം കൊടുത്തു കൈ തട്ടി ഇറങ്ങിപ്പോന്ന ധീരത തനിക്കു മനസ്സിലാക്കാം.

പലതും കണ്ട ആ മനുഷ്യനാണ് കാലിപ്പിള്ളേർ ചുഴറ്റിയെറിഞ്ഞിട്ട ചേരയെപ്പോലെ നിസ്സഹായനായി ഈ കിടക്കുന്നത്.

അധികസമയം ആ മുറിക്കകത്തു നില്ക്കാൻ കഴിഞ്ഞില്ല. പുറത്തെ വരാന്തയിൽ കടന്നു മുറ്റത്തിന്റെ അതിർത്തിയിൽ ചെന്നുനിന്നു.

അമ്മ പതിവുപോലെ മിസ്സിസ് ഭട്ട്നാഗരുടെ വീട്ടിലേക്കെന്നും പറഞ്ഞ് ഇറങ്ങിപ്പോയിരുന്നു. തിളങ്ങുന്ന സാരി, ചുണ്ടിൽ ചായംപൂശി വരുത്തിയ വൃത്തികെട്ട ചുവപ്പ്, ലോമ പുരട്ടി കറപ്പും തവിട്ടുമായ തലമുടി. അണിഞ്ഞൊരുങ്ങി ഇറങ്ങിപ്പോകുമ്പോൾ അറപ്പാണു തോന്നുക.

പടിവാതിലിനടുത്ത് അനിയത്തി നില്ക്കുന്നു. വൈകുന്നേരങ്ങളിൽ അവളും ആവശ്യത്തിൽക്കൂടുതൽ അണിഞ്ഞൊരുങ്ങുന്നുണ്ട്. അതിന്റെ ആവശ്യമുണ്ടായിരിക്കും. ഡോക്ടരുടെ മകൻ പ്രദീപ്ചന്ദ്രശർമ്മ ലെതർ ജാക്കറ്റിട്ട് ആ വഴിവക്കിലെവിടെയെങ്കിലും നില്ക്കുന്നുണ്ടാകും.

അച്ഛനെ ക്ലബിലെ കുളിമുറിയിൽനിന്ന് ആളുകൾ താങ്ങിപ്പിടിച്ചു കൊണ്ടുവന്ന ദിവസത്തിനു മുമ്പാണെങ്കിൽ–

ആരും മുറ്റത്തിറങ്ങുകകൂടിയില്ല.

ഇപ്പോൾ അനിയൻ ബാബു പഹാഡികളുടെ കൂടെ ഭാംഗ് വലിച്ചും പണയംവെച്ചു ശീട്ടുകളിച്ചും നടക്കുന്നു. അനിയത്തി പണിക്കാരൻ ബീർബഹദൂർ വഴി പ്രേമലേഖനങ്ങൾ കൈമാറുന്നു. അമ്മയ്ക്ക് ഒന്നിനും സമയമില്ല. പ്രായത്തിന്റെ ചുളിവുകളിൽ ക്രീമും പൗഡറും നിറച്ചു മുടി കറുപ്പിച്ചു വർഷങ്ങളെ തടഞ്ഞുനിർത്താൻ പാടുപെടുന്നു.

അച്ഛൻ ഇതെല്ലാം അറിയുന്നുണ്ടോ? ഉണ്ടാവണം. തീക്ഷ്ണത മങ്ങാത്ത കണ്ണുകൾ കുഴഞ്ഞുപോയ നാവിന്റെ സ്ഥാനം ഏറ്റെടുത്തിരിക്കുന്നു.

അന്ന് സന്ധ്യയ്ക്ക് അച്ഛന്റെ രോഗമന്വേഷിക്കാൻ ജീപ്പിൽ മുക്തേശ്വരത്തുനിന്നു ഡോക്ടർ മേനോനും മിസ്സിസ് മേനോനും വന്നു. വീട്ടിൽ ആരുമുണ്ടായിരുന്നില്ല.

മിസ്സിസ് മേനോൻ ചോദിച്ചു:

"വിമലേ, മാമി എവിടെ?"

"പുറത്തെവിടെയോ പോയിരിക്കുന്നു."

മിസ്സിസ് മേനോന്റെ മുഖത്തുനോക്കാൻ വിഷമം തോന്നി. അവരും കേട്ടുകാണും ഗോമസ്സിന്റെ കൂടെയുള്ള അമ്മയുടെ ഉല്ലാസയാത്രകൾ.

കുടുംബത്തിനകത്തു രാത്രിയിൽ കയറ്റുകട്ടിലിൽ കിടന്നപ്പോൾ ഉറക്കം വന്നില്ല. ഇതാണു കുടുംബം!

വെറുക്കുന്നു.... എല്ലാം ഞാൻ വെറുക്കുന്നു.

മാർച്ചിൽ ബാബു ഒരിക്കൽ ബോർഡിംഗ് ഹൗസിൽ വന്നു.

ഹോളിയാണ് വരുന്നത്. അമ്മ ഓർമ്മപ്പെടുത്തിയിരിക്കുന്നു.

അനിത എഴുതി: ചേച്ചി വരണം.

വരാമെന്നു പറഞ്ഞ് അനിയനെ തിരിച്ചയച്ചു. അനിയത്തിക്കെഴുതി: ജോലിത്തിരക്കുണ്ട്. തൽക്കാലം വരാൻ പറ്റില്ല.

ഒരു ദിവസം രാവിലെ അനിയനോ വീട്ടിലെ പണിക്കാരൻ ബീർബഹാദൂറോ വന്നു വാതില്ക്കൽ മുട്ടും.

എന്താണ്?

അച്ഛൻ മരിച്ചു....

അല്ലെങ്കിൽ സാഹിബ് നമ്മളെ വിട്ടുപോയി. ബീബീജി....

ഒരു ദിവസം.....

നഷ്ടപ്പെട്ട സാമ്രാജ്യത്തിന്റെ തറക്കല്ലുകൾ വെട്ടിപ്പൊളിക്കുന്ന ശബ്ദം കേട്ടുകിടക്കുന്ന അച്ഛനു ഭാഗ്യമുണ്ടാവട്ടെ!

ആറ്

രണ്ടാമത്തെ കത്ത്: സയൻസ് ടീച്ചർ ശാന്ത ജോലി രാജിവെക്കുന്നു. അവളുടെ കല്യാണം നിശ്ചയിച്ചിരിക്കുന്നുവത്രേ. ഒരു തീവണ്ടിയാപ്പീസിൽ വെച്ചാണ് വരനെ ആദ്യം കണ്ടത്.

തീയതി ഓർമ്മിക്കണം. ഒരു കമ്പിയടിക്കാം.

കോഡ് നമ്പർ എട്ട്. പതിനാല്. പതിനേഴ്.

അഭിനന്ദനങ്ങളുടെ ജീവനില്ലാത്ത വാചകങ്ങൾ തപാൽവകുപ്പുകാർ പല പാകത്തിൽ ഒരുക്കിവെച്ചിരിക്കുന്നു.

ബോർഡിങ്ങ് ഹൗസിന്റെ മുകളിൽനിന്ന് ഓരോരുത്തരായി രക്ഷപ്പെടുന്നു.

കടന്നുപോകുന്നവരേ, നിങ്ങൾക്ക് എന്റെ അഭിവാദ്യങ്ങൾ.

പകൽ മുഴുവൻ തണുത്ത കാറ്റ് വീശിക്കൊണ്ടിരുന്നു.

പുറത്തിറങ്ങുന്നില്ലെന്നു നിശ്ചയിച്ചു. മുറിയിൽ ചിന്നിച്ചിതറി കിടക്കുന്ന സാധനങ്ങളെല്ലാം ഒന്നടുക്കിവെച്ചു. വലിയ തോല്പെട്ടിക്കകത്തു സാരി മടക്കി വെക്കുമ്പോൾ കറുപ്പിൽ നേർത്ത സംഗീതചിഹ്നങ്ങൾ തുന്നിപ്പിടിപ്പിച്ച റോസ് നിറത്തിലുള്ള സ്വെറ്റർ അടിയിൽ കിടക്കുന്നതു കണ്ടു. ഒരിക്കലും അത് ഇട്ടിട്ടില്ല.

യാത്രപറയുന്നതിന്റെ തലേന്ന് വൈകുന്നേരം മല്ലിത്താളിലെ ചായംതേച്ച താടിയുള്ള വൃദ്ധന്റെ കടയിൽനിന്നു വാങ്ങിയതാണ്. താൻ തന്നെയാണതു തിരഞ്ഞെടുത്തത്.

"നല്ലൊരു സ്വെറ്റർ തിരഞ്ഞെടുക്കാമോ?"

"ആർക്കാ?"

"ഒരു പെൺകുട്ടിക്ക്."

കുസൃതിയോടെ മുഖത്തുനോക്കി. അസൂയയുടെ നിഴൽ കാണുന്നുണ്ടോ എന്നു പരിശോധിക്കാനാവും.

പീടികക്കാരൻ വൃദ്ധൻതന്നെ എഴുന്നേറ്റുവന്നു സാധനങ്ങൾ മുന്നിൽ നിരത്തിയിട്ടു.

മ്യൂസിക് നോട്ട്സുകൾ തുന്നിപ്പിടിപ്പിച്ച സ്വെറ്റർ ആദ്യമായാണു കാണുന്നത്. നിറവും നന്ന്.

"ഇത് നന്ന്."

"ഇഷ്ടമായോ?"

"കിട്ടാൻ പോകുന്നവൾക്ക് ഇഷ്ടമാവുമോ എന്നറിഞ്ഞൂടാ. എനിക്കിഷ്ടായി."

"ഓ, അതുമതി. വിമല സമ്മതിച്ചല്ലോ, നന്നെന്ന്."

പ്ലാസ്റ്റിക് ഉറയിലിട്ട് അതു കൈയിൽ വെച്ചത് അവൾതന്നെയായിരുന്നു.

നേരെ തിയേറ്ററിലേക്കാണ് നടന്നത്. തിയേറ്ററിന്റെ ഭാഗമായി മുകളിലുള്ള റെസ്റ്റോറന്റിൽ ഭക്ഷണം കഴിച്ചു.

ഒൻപതാം സ്റ്റാൻഡേർഡിൽ പഠിക്കുന്ന ഒരു പെൺകുട്ടിയും വീട്ടുകാരും തൊട്ടടുത്ത ടേബിളിലിരുന്നു ഭക്ഷണം കഴിക്കുന്നുണ്ടായിരുന്നു.

അവൾ 'നമസ്തേ' പറഞ്ഞു അടുത്തുവന്നു.

അവളിനി കൂട്ടുകാരികളുടെയിടയിൽ വാർത്ത പരത്തും. വിമലാജിക്കു നീലക്കണ്ണുകളും നെറ്റിയിലേക്കു വീണുകിടക്കുന്ന മുടിയുമുള്ള ഒരു ചെറുപ്പക്കാരൻ ബോയ്ഫ്രണ്ടുണ്ട്! പുഷ്പാസർക്കാറിന്റെ കാമുകനെപ്പറ്റി നാടൊട്ടുക്കു പ്രചരിപ്പിച്ചതു കുട്ടികളായിരുന്നു.

ആവശ്യമില്ലാതെതന്നെ ആ കൊച്ചുപെണ്ണിനെ പരിചയപ്പെടുത്തി: "എന്റെ സ്റ്റുഡന്റാണ്. ഇതെന്റെ കസിനാണ്. സീസണു വന്നതാണ്."

എല്ലാം വ്യക്തമായി മനസ്സിൽ കാണുന്നു.

ഹോട്ടലിലെ കുഷ്യനുകൾ ഇപ്പോഴും ചുവന്നിട്ടാണോ? പണമുള്ളവർ മാത്രം കയറുന്ന ആ റെസ്റ്റോറന്റിൽ പിന്നീടു കയറിയിട്ടില്ല. വെള്ളച്ചിറകുകൾ കുത്തിനിറുത്തിയ കസ്സാട്ടാ ഐസ്ക്രീം അവരിപ്പോഴും അതിഥികൾക്കു നല്കുന്നുണ്ടോ?

തിയേറ്ററിനകത്തു മനുഷ്യശരീരങ്ങൾകൊണ്ടും നിശ്വാസംകൊണ്ടും ഇളം ചൂടുണ്ടായിരുന്നു.

ഏറ്റവുംപിന്നിലെ വരിയിൽ അടുത്തടുത്ത സീറ്റുകളിലിരുന്നു.

ആഴക്കടലിൽ മുങ്ങി മുത്തുവാരുന്ന അടിമകളുടെ കഥയായിരുന്നു. കഴുത്തിൽ പൂമാലയിട്ട പ്രാകൃതസുന്ദരിമാരുടെ സംഘനൃത്തം, നായകന്റെ ചുണ്ടുകൾ ചെമ്പുനിറമുള്ള പെൺകിടാവിന്റെ നനവുണ്ടെന്നു തോന്നുന്ന ചുണ്ടുകളിലമരുമ്പോൾ കോർത്തുപിടിച്ച കൈത്തലങ്ങളിൽ വിരലുകളമരുന്നു.

"ഭാഗ്യവാൻ!"

കാതിൽ പിറുപിറുപ്പ്.

അപ്പോൾ സിഗരറ്റിന്റെ സുഗന്ധമുള്ള ശ്വാസം കവിളിൽ സ്പർശിച്ചു.

ബോർഡിങ്ഹൗസിലേക്കുള്ള വഴിത്തിരിവിൽനിന്നു യാത്രപറയുമ്പോൾ പ്ലാസ്റ്റിക് കവറിലെ സ്വെറ്റർ തിരിച്ചേല്പിച്ചു.

അപ്പോൾ–

"അതു നിനക്കാണ്."

പരിഭ്രമിച്ചുപോയി. വേണ്ടെന്നു പറയാനായിരുന്നു പൊടുന്നനെയുള്ള പ്രേരണ.

"ഞാൻ. എനിക്ക്....."

ഒന്നും പറയാൻ കഴിഞ്ഞില്ല.

"നിനക്കുവേണ്ടിയാണ് അത് വാങ്ങിയത്. ഗുഡ്നൈറ്റ്!"

തനിയെ നടന്നുപോകുമ്പോൾ പൊന്തക്കാടുകളിലൂടെ ചൂളംവിളിച്ചെത്തിയ തണുത്ത കാറ്റിനോടു പറഞ്ഞു:

"താങ്ക്യൂ. താങ്ക്യൂ ഫോർ എവരിതിങ്ങ്."

ബോർഡിങ്ങ് ഹൗസിന്റെ നടുമുറ്റത്തു മഞ്ഞവെയിൽ പരക്കുന്നതു കണ്ടപ്പോൾ ജാലകം തുറന്നു പുറത്തേക്കുനോക്കി.

ഗോൾഡൻനൂക്കിലേക്കു പെട്ടികളും സാമാനങ്ങളും ചുമന്നു രണ്ടു കൂലിക്കാർ കയറിപ്പോകുന്നു. ഈ വർഷത്തെ സന്ദർശകർ വന്നുചേർന്നിരിക്കുന്നു.

കഴിഞ്ഞവർഷം ദൽഹിയിൽനിന്നുള്ള ഒരു എഞ്ചിനീയറുടെ കുടുംബമായിരുന്നു. പതിനാറിനും മൂന്നിനും ഇടയ്ക്കുള്ള ഒമ്പതുകുട്ടികൾ. അവർ പോകുന്നതുവരെ ചുറ്റുപാടും എപ്പോഴും കോലാഹലമായിരുന്നു.

അതിനുമുമ്പിലെ കൊല്ലം: മധുവിധുവിനു വന്ന ഒരു ബ്രാഹ്മണദമ്പതികൾ.

പുറത്തെ കാലാവസ്ഥ പൊടുന്നനെ മനോഹരമായിത്തോന്നി. പുറത്തിറങ്ങേണ്ടാ എന്ന തീരുമാനം തകർന്നുപോയി.

വഴിയിൽവെച്ചാണ് അമർസിംഗിനെ കണ്ടത്. അങ്ങാടിയിൽനിന്നു വരികയാണ്. ബഹുമാനപൂർവ്വം വഴിമാറി നിന്ന് ഒരു കത്തു നീട്ടി;

വൈകുന്നേരത്തെ തപാലിൽ ഒരു കത്തു കൂടി!

നെഞ്ചിടിപ്പോടെ വാങ്ങി നോക്കി:

ഓ രശ്മി വാജ്പേയി!

അമർസിംഗ് കടന്നുപോയപ്പോൾ ആവശ്യത്തിൽ കൂടുതലായി കാണിച്ച ബഹുമാനത്തിന്റെ രഹസ്യം മനസ്സിലായി. ചാരായത്തിന്റെ മണം.

നടന്നുകൊണ്ടുതന്നെ കത്തു വായിച്ചു:

ബഹുമാനപ്പെട്ട ടീച്ചർജി.

ഞാനിന്നലെ രാത്രിതന്നെ വീട്ടിലെത്തിച്ചേർന്നു. വഴിക്കൊരു വിഷമവുമുണ്ടായില്ല. പിതാജിയുടെ നമസ്കാരം ടീച്ചറെ അറിയിച്ചുകൊള്ളുന്നു.

–രശ്മി.

രാംനഗറിലെ വിലാസമാണ്.

തപാൽമുദ്ര നോക്കിയപ്പോൾ അറിയാതെ മന്ദഹസിച്ചുപോയി. ഹൽദാനി!

മുസാവരി ബംഗ്ലാവിലെ പരിചാരകന്റെ കൈയിൽ കാലത്തു കത്തെഴുതിയേല്പിച്ച് ബസ്സ്റ്റാൻഡിലേക്കു നടക്കുമ്പോൾ രശ്മിയുടെ മുഖത്തു തെളിയുന്ന വിജയഭാവം ഊഹിക്കാൻ കഴിയുന്നുണ്ട്.

നിനക്കു മാപ്പുതന്നിരിക്കുന്നു. എന്നും ഓർമ്മിക്കാനുള്ള ഒരു രാത്രി നിനക്കു സമ്പാദ്യമായി കിട്ടിയിരിക്കുകയാണല്ലോ.

നിത്യവും കയറുകയും ഇറങ്ങുകയും ചെയ്യുന്ന വഴിയിൽ നിന്നു തെറ്റി

കുന്നിൻചെരുവിലൂടെ നടന്നു. പൊളിഞ്ഞുകിടക്കുന്ന ഒരു പൂരത്തറ. പൊന്തക്കാടുകളിലും മരങ്ങളിലുമായി കുരങ്ങന്മാർ കൂത്താടുകയാണ്.

രാക്ഷസന്റെ തലയോടുപോലെ കുഴികളും മുഴകളുമായി കിടക്കുന്ന വലിയ കൽക്കൂമ്പാരത്തിന്റെ നെറുകയിൽ ഇരുന്നു. അവിടെയിരുന്നാൽ തടാകത്തിന്റെ ഒരു വശം കാഴ്ചയിൽ കിട്ടുന്നു.

ബോട്ട്ക്ലബ്ബിനപ്പുറത്തെ ഹോട്ടലിന്റെ പിരിയൻ കോണി കാണാം. വെണ്മാടത്തിൽ ആരോ നില്ക്കുന്നു. ആകാശത്തിനു കീഴിൽ ഒറ്റപ്പെട്ട ഒരു മനുഷ്യരൂപം.

ഹോട്ടൽ മൂന്നുതവണ കൈകൾ മാറിയിരിക്കുന്നു; പേരും.

ഉരുളൻതൂണുകളും ചായംതേച്ച ഇരുമ്പുകമ്പികൾ കൊണ്ടു നെയ്ത ബാസ്കറ്റ് കസേരകളും മാറിയിരിക്കുകയില്ല.

വർഷങ്ങൾക്കുശേഷം രശ്മി ഭാര്യയായി, അമ്മയായി, ഹൽദാനിയിലെ മുസാവരി ബംഗ്ലാവിന്റെ മുന്നിലൂടെ കടന്നുപോകുമ്പോൾ നിഗൂഢമായ ആനന്ദത്തോടെ ജാലകങ്ങളിലൊന്നിലേക്കു നോക്കുമായിരിക്കും.

ആദ്യത്തെ പാപം, സ്ത്രീത്വത്തിന്റെ മൂടുപടം ചീന്തുന്ന ആദ്യത്തെ വേദന, ആദ്യത്തെ ആഹ്ലാദം, ആദ്യത്തെ നിർവൃതി...

മൂന്നാംനിലയുടെ വലത്തെ അറ്റത്തു വെണ്മാടത്തിലേക്കെത്തുന്ന പിരിയൻ കോണിയുടെ സമീപം അടഞ്ഞുകിടക്കുന്ന ആ ജാലകം കാണുന്നുണ്ടോ?

ഏഴ്

ചുവന്ന പരവതാനി വിരിച്ച നിലം. വായുവിൽ സിഗരറ്റുപുകയും പോൾ അൻകായുടെ പട്ടുപോലെ മിനുത്ത ശബ്ദവും ഒഴുകിനടക്കുന്നു.

വാതിൽ തുറക്കുമ്പോൾ ഇറുകിക്കിടക്കുന്ന കടുംചുവപ്പു നിറത്തിലുള്ള സ്പോർട്സ്ഷർട്ടിട്ട യുവാവിന്റെ മുഖത്ത് അവിശ്വാസവും അദ്ഭുതവും പൊട്ടി വിടരുന്നു.

"ഓ മൈ ഗോഡ്!"

"എന്തേ?"

"ഞാൻ വരില്ലെന്നു കരുതി."

ചൂരൽക്കൊട്ടയുടെ മാതൃകയിൽ വൃത്താകൃതിയിൽ പണിത ഇരുമ്പു കസേര നീക്കിയിട്ടു ക്ഷണിക്കുന്നു:

"ഇരിക്കൂ."

അവളുടെ കണ്ണുകൾ മുറിയിലാകെ സഞ്ചരിക്കുകയാണ്. പരവതാനിയിൽ റെക്കോർഡുകൾ ചിതറിക്കിടക്കുന്നു. മേശപ്പുറത്തു പുസ്തകങ്ങളുടെ കൂമ്പാരം. സ്റ്റാൻഡിൽ ലെതർകേയ്സിൽ പൊതിഞ്ഞ ക്യാമറ.

ഗായകൻ ഗാനം ഉപസംഹരിക്കുകയാണ്: പുട്ട് യുവർ ഹെഡ് ഓൺ മൈ ഷോൾഡേഴ്സ്!

"എന്റെ ചുമലിൽ നിന്റെ ശിരസ്സു ചായ്ക്കൂ. നിന്റെ ചുണ്ടുകൾ എന്റെ ചുണ്ടുകളോടണയ്ക്കൂ."

തടാകത്തിലെ കളിവള്ളത്തിലും പൈൻമരങ്ങളുടെ തണലുകളിലും 'പ്രേമത്തിന്റെ നടപ്പാത'യിലും മണിക്കൂറുകൾ സംസാരിച്ചതാണ്. വാക്കുകൾകൊണ്ടു പൂമാലകൾ കോർക്കുന്ന അയാൾ നിശ്ശബ്ദനായിരുന്നു.

അവൾക്കൊന്നും പറയാനില്ല. തൊണ്ടയിൽ കനമുള്ള എന്തോ വസ്തു കുടുങ്ങിക്കിടക്കുന്നു. റെക്കോർഡ് പ്ലെയറിന്റെ സൂചി കരകരശബ്ദത്തോടെ ചലനം നിർത്തിയപ്പോൾ മുറിയിലെ നിശ്ശബ്ദത വിങ്ങിപ്പൊട്ടുന്നു.

അസഹ്യമായ നിശ്ശബ്ദത. പ്രയാസപ്പെട്ട് അയാൾ എന്തോ പറയുന്നു. അർത്ഥശൂന്യമായ വാക്കുകൾ. ധാരാളം അർത്ഥം തോന്നുന്ന ശബ്ദങ്ങൾ. ശബ്ദം പരുപരുത്തതാണ്. അവൾ പ്രയാസപ്പെട്ടുചിരിച്ചു. ആ ചിരി സ്വന്തമല്ല.

അയാൾ മുന്നിൽ നിന്നു കൈ നീട്ടി വിരലുകൾ പിടിച്ചുയർത്തിയപ്പോൾ ശിരസ്സിലേക്കു രക്തം പതച്ചു കയറുന്നു. വിറകൊള്ളുന്ന കാൽവിരൽത്തുമ്പുകളിൽനിന്ന് അവ്യക്തമായ വേദനയുടെ പ്രവാഹങ്ങൾ എണ്ണമറ്റ കൈവഴികളിലൂടെ പടർന്നു കയറുന്നു.

വാക്കുകൾ, ശബ്ദങ്ങൾ വളരെ അകലെയാണ്:

"വരൂ."

അടഞ്ഞ ജാലകത്തിലൂടെ അകത്ത് ഒളിച്ചുകടക്കുന്ന വെളിച്ചത്തിൽ കണ്ണടച്ചു കിടന്നപ്പോൾ, വിദഗ്ദ്ധമായ വിരലുകൾ ശരീരത്തിൽ സഞ്ചരിച്ചപ്പോൾ, വട്ടംവീശി വിടരുന്ന ഓളങ്ങളുടെ മധ്യത്തിൽ താണുപോയ കല്ലിന്റെ അവ്യക്ത സ്ഥാനംപോലെ ഒരോർമ്മ മാത്രമുണ്ട്.

ഇതു സംഭവിക്കുമെന്നു കരുതിയതാണ്.....

"അരുത്. എനിക്കുവയ്യാ."

സ്വരം ദുർബ്ബലമായിരുന്നു.

"സാരമില്ല." കൺപോളകൾ തുറക്കാൻ ശ്രമിച്ചപ്പോൾ പ്രകാശമുള്ള ആ നീലക്കണ്ണുകൾ, എണ്ണമിനുപ്പ് ഇറങ്ങിവന്നു മടങ്ങിപ്പോയപോലെ ഒരു നിമിഷത്തിൽ തോന്നി.

വേദന. വേദനകൊണ്ടു പുളഞ്ഞപ്പോൾ ഉയരുകയും താഴുകയും ചെയ്യുന്ന കഴുത്തിൽ കൈകൾ ചുറ്റി ചുണ്ടുകൾ കടിച്ചമർത്തി കിടന്നു.

കരയരുത്. എന്റെ.... എന്റെ എല്ലാം നല്കുന്ന ഈ നിമിഷത്തിൽ കരഞ്ഞുപോകരുത്.

മനസ്സ് മഞ്ഞിറങ്ങുന്ന മറ്റൊരു താഴ്വരയാണ്. എന്റേതുമാത്രം. എന്നിൽ പൂർണ്ണമായും അലിഞ്ഞുചേരുന്ന ഈ നിമിഷത്തിൽ കരയരുത്.

വർഷങ്ങൾക്കുശേഷം കണ്ണുതുറന്നപ്പോൾ നനഞ്ഞ ചുണ്ടുകൾ കവിളിലമർത്തി ചോദിച്ചു: വേദനിച്ചോ?

ഒന്നും പറയാൻ വയ്യ. കരയാം, ചിരിക്കാം, ശരീരമാകെ നീറുകയായിരുന്നു. എഴുന്നേല്ക്കാൻ ഭയംതോന്നി. കണ്ണടച്ചുകിടന്നു. അപ്പോൾ മെയ്മാസത്തിലെ തെളിഞ്ഞ ആകാശത്ത് നക്ഷത്രങ്ങൾ പൂക്കുന്നതുകണ്ടു. അകലത്ത് ആരോ കാറ്റിൽപറത്തിയ വെള്ളത്തൂവാലപോലെ ഒരു മേഘക്കീറു പാറിപ്പോകുന്നു.

തല പുറത്തേക്കു ചായിച്ച് നിലത്തു കൈകുത്തി റെക്കോഡ്പ്ലയർ വീണ്ടും പ്രവർത്തിപ്പിക്കാൻ കട്ടിലിന്റെ വക്കിലേക്കു ചെരിഞ്ഞപ്പോൾ ചൂളിപ്പോയി. ക്വിൽട്ട് വലിച്ചു ശരീരം മൂടാൻ തുടങ്ങുമ്പോഴാണ് കണ്ടത്, ചോരത്തുള്ളികൾ പരന്ന മൂന്നടയാളങ്ങൾ.

"എന്റെ സുന്ദരമായ ദിനങ്ങളെയും ഏകാന്തമായ രാത്രികളെയും" സംബന്ധിച്ചു സ്ത്രീയുടെ ശബ്ദം പാടിത്തുടങ്ങുന്നു.

ചെരിഞ്ഞുകിടന്ന് അയാൾ കൈ നീട്ടിയപ്പോൾ നെഞ്ചിൽനിന്നു വിയർപ്പുതുള്ളി ഉരുണ്ടുവീണു.

"വിമലാ!"

തുടിക്കുന്ന കൺപോളകൾ ബലമായി അടച്ചുപിടിച്ചു കിടന്നു. പറയാനുള്ള ഒരു മഹാഗ്രന്ഥം മനസ്സിലുണ്ടായിരുന്നു. തൊണ്ട വരണ്ടുപോയിരിക്കുന്നു.

ഞാൻ ഞാനല്ലാതായിരിക്കുകയാണ്.

വിറയ്ക്കുന്ന ചുണ്ടുകളിൽ ശബ്ദം മരവിച്ചു നിന്നു. ശരീരത്തിനു കനമില്ലാതായിരിക്കുന്നു. പാറി നടക്കുകയാണ്. ആകാശച്ചെരുവിലെ മേഘക്കീറു പോലെ, താഴ്വരയിലെ ചുഴലിക്കാറ്റിൽ ആരോ പറത്തിയ വെള്ളത്തൂവാല പോലെ.....

എട്ട്

തടാകത്തിന്റെ കാണാവുന്ന കോണിൽ വഴിവിളക്കുകൾ താണുപോയി. പകൽവെളിച്ചം ഇനിയും കുറേനേരം ബാക്കികിടക്കും.

മൂളിപ്പാട്ടുമായി പിന്നിലൂടെ കടന്നുപോയ രൂപം പെട്ടെന്നു നിശ്ശബ്ദനായപ്പോൾ തലതിരിച്ചുനോക്കി.

"മേംസാഹിബ്!"

ഒരുനിമിഷം വേണ്ടിവന്നു, പല്ലുകൾ മുഴുവൻ വെളിയിൽ കാട്ടി ചിരിക്കുന്ന ആ ചെറുക്കനെ മനസ്സിലാക്കുവാൻ; ബുദ്ദു.

"എന്താ മേംസാഹിബ് ഇന്നു തടാകത്തിൽ വരാഞ്ഞത്?"

"ഒന്നുമില്ല."

"എന്നും ഇവിടെ ഇരിക്കാറുണ്ടോ?"

"ചിലപ്പോൾ."

"മേംസാഹിബ് എന്നും ബോട്ടിങ്ങിനു വന്നോളൂ. എനിക്കു മൂന്നണ തന്നാൽ മതി."

"ആവട്ടെ."

അവൾ എഴുന്നേറ്റു.

"സീസൺ തുടങ്ങി, മേംസാബ്. ദില്ലിയിൽനിന്ന് ഒരു സ്പെഷൽ ബസ് വന്നിട്ടുണ്ട്."

അതങ്ങനെയാണ്. എന്നും ചിലർ വന്നുകൊണ്ടിരിക്കും. പക്ഷേ ഒരുദിവസം കേൾക്കാം, സീസൺ തുടങ്ങിയിരിക്കുന്നു! പിന്നെ നോക്കിനില്ക്കെ താഴ്‌വര സജീവമായിത്തീരുന്നു....

"എല്ലാം നമ്മുടെ നാട്ടുകാരു തന്നെ."

വിദേശികളാരുമില്ലാത്തതിനാൽ അവന് അല്പം നിരാശ തോന്നിയിട്ടുണ്ടോ, ആവോ!

"നീയെന്താണിവിടെ, ബുദ്ദൂ?"

"ഒരു തുഴ പൊളിഞ്ഞുപോയി, മേംസാബ്. ദാ, അവിടെ അന്നുവിന്റെ വീട്ടിൽ പഴയൊരു തുഴയുണ്ടെന്നു പറഞ്ഞു."

അവൻ ചൈനാപീക്കിന്റെ താഴത്തൊരിടത്തേക്കാണു ചൂണ്ടിക്കാണിച്ചത്.

അവൾ പോകാൻ തുടങ്ങിയപ്പോൾ ബുദ്ദു ചോദിച്ചു:

"പോവുകയാണോ?"

"ആ."

"ഞാൻ വന്നു സംസാരിച്ചതുകൊണ്ടാണോ മേംസാബ് പോകുന്നത്?"

“അല്ല, നേരം വൈകിപ്പോയി.”

അവൾ നടന്നപ്പോൾ ബുദ്ധു കുറച്ചടി പിന്നാലെ വന്നു.

“ഒരുകാര്യം ചോദിക്കട്ടെ, മേംസാബ്?”

“ഉം?”

“വെള്ളക്കാരൊക്കെ നാടുവിട്ടു എന്നു പറയുന്നു. നേരാണോ?”

അവന്റെ മുഖത്തെ ഉൽക്കണ്ഠ കണ്ടപ്പോൾ അവൾ പൊങ്ങിവന്ന ചിരിയടക്കി.

“വെറുതെ പറയുന്നതാണ്. ”

“ആ, അതാ ഞാനും പറഞ്ഞത്. ഇത്ര നല്ല നമ്മുടെ നാടുള്ളപ്പോൾ ആരെങ്കിലും പോകുമോ?”

സംതൃപ്തനായി അവൻ തിരിഞ്ഞുനടന്നു. പിന്നിൽ അവന്റെ മൂളിപ്പാട്ടു വീണ്ടും കേൾക്കാൻ തുടങ്ങി.

കോൺക്രീറ്റ് പടവു കയറുന്നേടത്ത് വെറും നിലത്ത്, അമർസിംഗ് കൂർക്കം വലിച്ചു കിടന്നുറങ്ങുകയാണ. ഒരിക്കൽക്കൂടി കിഴവൻ മലഞ്ചെരുവിലെ കുടിലുകളിൽ എവിടെയോ പോയി ചാരായം കുടിച്ചിട്ടുണ്ടായിരിക്കും. ഒരാഴ്ച നല്ല സുഖമായിരുന്നു മൂപ്പർക്ക്. വീട്ടിൽപോകുന്ന കുട്ടികൾ കൊടുത്ത ചില്ലറപ്പണം ഇത്രദിവസം നിന്നതിലാണ് അദ്ഭുതം.

ഒഴിവുകാലത്തേ ഈ സ്വാതന്ത്ര്യമുള്ളൂ. അതു വിമല റെസിഡന്റ് ട്യൂട്ടറായപ്പോൾ മുതല്ക്കുള്ള നിയമമാണ്. കുട്ടികളുള്ളപ്പോൾ അമർസിംഗിനു ഹാലിളകുന്ന ദിവസങ്ങളിൽ വൈകുന്നേരം ലീവെടുക്കാം, പകരം സ്കൂളിലെ തോട്ടപ്പണിക്കാരനെ കാവലിനു കൊണ്ടുവന്നേൽപ്പിച്ചശേഷം.

അല്പം കുടിച്ചാൽ അമർസിംഗിനു ബഹുമാനം വർദ്ധിക്കും. കുറച്ചു കൂടിയാൽ കരഞ്ഞു പഴയ കഥകൾ പറയും. ഭാര്യ ഒളിച്ചോടിപ്പോയതും മകൻ അടിച്ചു പുറത്താക്കിയതും. മതിയാവോളം വാങ്ങാൻ സാധിച്ചാൽ ഒതുക്കുകല്ലിലോ നിലത്തോ വീണു കിടന്നുറങ്ങും.

പറഞ്ഞുകേട്ടിട്ടുണ്ട്. ഒരിക്കൽ രാവിലെ ഒരു റെസിഡന്റ് ട്യൂട്ടർ പോർട്ടിക്കോവിൽ വന്നു നോക്കിയപ്പോൾ അമർസിംഗില്ല. ചുറ്റും നോക്കിയപ്പോൾ കമ്പിവേലിമേൽ അമർസിംഗിന്റെ കോട്ടും കാലുറയും മടക്കി തൂക്കിയിട്ടിരിക്കുന്നു. വീണ്ടും വിളിച്ചപ്പോഴാണ് കാര്യം മനസ്സിലായത്. കമ്പിവേലിമേൽ മടങ്ങിക്കിടക്കുന്നത് ഉടുപ്പുകളല്ല, അമർസിംഗ് തന്നെയാണ്!

മുറിയിലെ മേശപ്പുറത്ത് ആട്ടാറൊട്ടിയും സബ്ജിയും മൂടിവെച്ചിട്ടുണ്ട്! തർമ്മോഫ്ളാസ്കിൽ പാലും.

കുന്നുകയറി വന്നതുകൊണ്ടാവണം, ഉഷ്ണം തോന്നി. ജാലകം തുറന്നിട്ടു. അപ്പോൾ ഗോൾഡൻനൂക്കിന്റെ വിളക്കുകൾ തെളിയുന്നതുകണ്ടു. സ്വെറ്റർ ഊരിയിട്ടു വീണ്ടും ജാലകത്തിനരികെ വന്നു.

വരാന്തയിൽ ചെടികൾ വരണ്ടുണങ്ങിയ പൂച്ചട്ടികൾ നിരത്തിവെച്ചതിനു

സമീപം രണ്ടു കൈകൊണ്ടും നെറ്റിയിലമർത്തിപ്പിടിച്ചു സ്റ്റൂളിലേക്കു കാൽ കയറ്റിവെച്ച് ആരോ ഇരിക്കുന്നു. ഈ വർഷം 'ഗോൾഡൻ നൂക്കി'നു കിട്ടിയ വിരുന്നുകാരൻ ആരാണെന്നറിയാൻ കൗതുകം തോന്നി. സർദാർജിയാണ്. വൃദ്ധനാണെന്നു തോന്നുന്നു.

തലയിൽക്കെട്ടു മടിയിൽ വെച്ചിരിക്കുകയാണ്. നെറുകയിൽ ഉരുളയാക്കി കെട്ടിവെച്ച മുടിയുടെ നിഴൽ മുറ്റത്ത് ഒരു കൊടുമുടിയുടെ ചിത്രം വരയ്ക്കുന്നു. ചലനമില്ല: കൈയുള്ള കസേരയിൽ ആരോ ഒരു മൃതദേഹം ഇരുത്തിവെച്ചതാണെന്നേ തോന്നൂ.

നിമിഷങ്ങൾക്കുശേഷം ആ മനുഷ്യപ്രതിമയൊന്ന് അനങ്ങി, ശിരസ്സുയർത്തി കസേരയുടെ പിറകിലേക്കു ചായ്ച്ചുവെച്ച് ഇരുന്നപ്പോൾ വിമല ജാലകത്തിൽനിന്നു മാറിനിന്നു ജനലടച്ചു.

ഒറ്റക്കമ്പിയുറപ്പിച്ച മുഴം നീളത്തിലുള്ള 'ഇക്താര'യുടെ സ്വരം ഉയർന്നപ്പോൾ വിമല ചെവിടോർത്തു.

ആ മനുഷ്യൻതന്നെയാണോ? എങ്കിൽ, ശോഷിച്ച വിരലുകൾ എത്ര വിദഗ്ദ്ധമായാണ് ഒറ്റക്കമ്പിയിൽ സഞ്ചരിക്കുന്നത്.

മെത്ത ഏതോ ഒരിഴജീവിയുടെ ശരീരംപോലെ തണുത്തു കുഴഞ്ഞു കിടക്കുന്നു.

സ്വരം സർദാർജിയുടെ തന്നെയാവണം. ചിലമ്പിച്ച ശബ്ദം.

അവൾ ചെവിടോർത്തു:

"ഉഡ്ഡീ ഉഡ്ഡീ വേതിലീ ആർ കാഗാ
ലംഭീ ലയി വേ ഉഡാരീ.
ജാ ആഖീം മേരേ നാഹീ നൂ
ഗോരീ മനോം ക്യോം ബിസാരീ."

പ്രാകൃതമായ ഏതോ പഞ്ചാബി നാടൻപാട്ടാണ്.

കൊയ്തുകൂട്ടിയ ചോളക്കറ്റകളുടെ ഇടയിലൂടെ കൊടുംവെയിലത്തു നിലാവിലെന്നപോലെ അനായാസമായി കറ്റക്കയർ ചുഴറ്റി നടന്നുപോകുന്ന ഒരു പഞ്ചാബി പെൺകുട്ടിയുടെ വാടിയ മുഖം മനസ്സിൽ സങ്കല്പിക്കാമിപ്പോൾ.

ജടയും താടിയും നീട്ടി ഉള്ളിമണക്കുന്ന അതികായന്മാരായ പഞ്ചാബികളെ കാണുമ്പോൾ എന്നും വെറുപ്പായിരുന്നു; ആവശ്യമില്ലാത്ത ഭീതിയും. പക്ഷേ അവരുടെ പാട്ടുകളിഷ്ടമാണ്. ആഗ്രയിലെ കോളേജിൽ പഠിക്കുന്ന കാലത്ത് അമൃത എന്നൊരു പഞ്ചാബി പെൺകുട്ടി കൂട്ടുകാരിയായുണ്ടായിരുന്നു. അവൾ ധാരാളം പ്രേമഗാനങ്ങൾ പാടിക്കേൾപ്പിച്ചിട്ടുണ്ട്. പരുക്കൻ യുവാക്കളുടെ കണ്ണുകളിൽ വിടരുന്ന പകൽക്കിനാവുകളാണ് ആ ഗാനങ്ങളെന്നു തോന്നും.

ഭിത്തിക്കപ്പുറത്തുനിന്നും ചിലമ്പിച്ച സ്വരവും ഇക്താരയുടെ തേങ്ങലുകളും ഒഴുകിവരുന്നു.

"ദിൽകാ ടുകഡാ മൈ കാഗജ് ബഗാവാം
ഉംഗലിയാ കട്ട കാനീ
അഖ്ഖാം ദാ കജ്ജലാ മേം ശാഹീ ബണാവാം
ഹസുആം ദാ പാണീ. ആ പാണീ."

വിമലയുടെ കണ്ണുകൾ നനയുന്നുവെന്നുതോന്നി.

കാക്കേ പറക്കൂ വളരെ ദൂരത്തോളം. എന്റെ പ്രിയതമനോടു ചോദിക്കൂ, എന്നെ മറന്നതെന്തേ?

അവൾ സ്വയം താക്കീതുചെയ്തു: മുപ്പത്തൊന്നു വയസ്സായ ഒരു സ്ത്രീ നാടോടിപ്പാട്ടുകേൾക്കുമ്പോൾ ദുർബ്ബലയാവരുത്.

വിസ്മൃതിയിൽ കഴിയുന്ന ആ നാടൻ പെൺകുട്ടിയുടെ ശബ്ദം അവൾ കേൾക്കുന്നു.

"ദിൽകാ ടുകഡാ മൈ കാഗജ് ബഗാവാം..."

ഹൃദയത്തിന്റെ ഒരു കഷണം കടലാസാക്കി, വിരൽ മുറിച്ചു പേനയാക്കി, കാജൽ കണ്ണീരാൽ ചാലിച്ച് മഷിയാക്കി ഞാൻ സന്ദേശമെഴുതട്ടെ!

സർദാർജിയുടെ വിരലുകൾ കൊള്ളുന്നതു തന്റെ ഉള്ളിലെവിടെയോ ആണ്. ശ്രദ്ധ തിരിക്കാൻ എന്തെങ്കിലും വായിക്കാമെന്നു തോന്നി. സ്റ്റാൻഡിലെ പുസ്തകങ്ങൾ മറിച്ചുനോക്കിയപ്പോൾ ഒരു കവിതാസമാഹാരം കിട്ടി. പല വട്ടം എടുത്തു പെരുമാറിയതുകൊണ്ടു ചട്ട വിട്ടുപോന്നിരിക്കുന്നു. വൈലറ്റ് മഷികൊണ്ട് ഒന്നാംപേജിൽ നെടുനീളത്തിൽ ഒപ്പിട്ടുണ്ട്.

സുധീർകുമാർമിശ്ര ജനുവരി 55.

അരുകിൽ വയലറ്റ് മഷികൊണ്ടു വരയിട്ട വരികൾ മിക്ക പേജുകളിലും കാണാം. അയാൾക്ക് ഏറ്റവും പ്രിയപ്പെട്ട നാലു വരികളുണ്ടായിരുന്നു. പല പ്പോഴും അയവിറക്കുന്നതു കേട്ടിട്ടുണ്ട്.

I am dying my own death
    and the deaths of those after me
I am living my own life
    and the lives of those after me.

ഒറ്റക്കമ്പി മുറുക്കിയ വാദ്യോപകരണത്തിന്റെ ശബ്ദം തണുത്ത അന്തരീക്ഷത്തിൽ എപ്പോഴും ഒഴുകി നടക്കുന്നു.

'ഗോൾഡൻനൂക്കിൽ' സീസണിലെത്തുന്ന സഞ്ചാരികൾ പലതരത്തിൽ ഈ മുറിയിലെ ജീവിതത്തെ ബാധിക്കാറുണ്ട്. കഴിഞ്ഞവർഷം രാവും പകലും കുട്ടികളുടെ കോലാഹലംതന്നെ. രണ്ടാം കൊല്ലത്തെ നവദമ്പതികളുടെ വാചാലമായ നിശ്ശബ്ദത. നെറുകയിൽ കുങ്കുമവും നെറ്റിയിൽ നിറഞ്ഞു നില്ക്കുന്ന വലിയൊരു പൊട്ടും തൊട്ട വധു. ഒരുമാസം അവരിവിടെ താമസിച്ചു. രാവും പകലും അവർ കോട്ടേജിനകത്തുതന്നെയായിരുന്നു. നടക്കാൻ പോകുന്നതു കൂടി അപൂർവ്വമായിരുന്നു. കർട്ടനപ്പുറത്ത് അവരുടെ നിഴലുകൾ അടുത്തും

അകന്നും കാണും. ശബ്ദം പുറത്തുകേൾക്കാറില്ല.

തടാകവും നന്ദാദേവിയുടെ മഞ്ഞുകിരീടവും കാണാൻ ഉഴറി നടക്കുന്ന സഞ്ചാരികളുടെ ബഹളത്തിനു മദ്ധ്യത്തിൽ പരസ്പരം കണ്ടുകൊണ്ടുമാത്രം മുപ്പതുദിവസം കഴിക്കുക!

കഴിയുമായിരിക്കും. അടഞ്ഞ വാതിലുകൾക്കകത്ത് ഏറ്റവും മനോഹരമായ ഒരു ലോകം അവർക്ക് കിട്ടിയിട്ടുള്ളപ്പോൾ.

ഒരിക്കൽ ഒരു വൃദ്ധനും പതിനേഴോ പതിനെട്ടോ പ്രായംവരുന്ന ഒരു പെൺകുട്ടിയും അവിടെ താമസിക്കാൻ വന്നിരുന്നു. അച്ഛനും മകളുമാണെന്നാണു കരുതിയത്. അമർസിംഗാണ് കണ്ടുപിടിച്ചത്. വൃദ്ധന്റെ വധുവാണു പെൺകുട്ടി.

പുഷ്പാസർക്കാരിനാൽ പ്രസിദ്ധിയിലേക്കുയർത്തപ്പെട്ട ഈ മുറിയിൽ കാലം തളംകെട്ടി നില്ക്കുമ്പോൾ ഗോൾഡൻനൂക്കിൽ ജീവിതത്തിന്റെ പല മുഖങ്ങളും കയറിയിറങ്ങുന്നു.

സർദാർജിയുടെ വീണ നിശ്ശബ്ദമായി.

അയാൾ തനിച്ചാണോ?

വൃദ്ധനായാലും യുവാവായാലും, അയാൾ തനിച്ചാണോ?

തനിയെ....തനിയെ.

ഒൻപത്

ഹിമാലയത്തിന്റെ ചെരിവിലെ തണുത്ത രാത്രികളിൽ നിങ്ങളുറങ്ങിയിട്ടുണ്ടോ? അടുത്ത രാത്രിയിലെ ഏകാന്തത മാത്രം ഓർക്കാനുള്ളപ്പോൾ? നവംബറിലും മേയിലും വാതിലുകളും ജാലകങ്ങളും അടഞ്ഞുകിടക്കുന്നു. തണുപ്പിന്റെയും ചൂടിന്റെയും വികാരങ്ങളേല്ക്കാത്ത മരപ്പലകകൾ പാകിയ ഭിത്തികൾ ചുറ്റും. തുറന്ന ജാലകത്തിലൂടെ രാത്രി ഉറക്കം ഞെട്ടി കണ്ണു തുറക്കുമ്പോൾ പ്രപഞ്ചത്തിന്റെ ഒരു കീറിൽ പങ്കുപറ്റാനില്ല. ആകാശമില്ല, നക്ഷത്രങ്ങളില്ല; ഭൂമിയുടെ നിഴലുകളും നിലാവിൽ വിളറുന്ന വൃക്ഷത്തലപ്പുകളുമില്ല. മഞ്ഞിന്റെ നിറമുള്ള ജാലകങ്ങൾ, മങ്ങിയ കണ്ണാടിച്ചില്ലുകൾ; നിങ്ങളുടെ ലോകത്തിന്റെ കാഴ്ച നശിച്ച കണ്ണുകൾ.

എന്റെയും എന്റെ പിമ്പേയുള്ളവരുടെയും
മരണം ഞാൻ മരിക്കുകയാണ്....
എന്റെയും എന്റെ പിമ്പേയുള്ളവരുടെയും
ജീവിതം ഞാൻ ജീവിക്കുകയാണ്.....

ഇക്താരയുടെ മാറ്റൊലികൾ അയവിറക്കിക്കൊണ്ട് ഉറങ്ങിപ്പോയി.

പത്ത്

രാവിലെ പോർട്ടിക്കോവിലേക്കു വരുമ്പോൾ അമർസിംഗ് ആരോടോ ചിരിക്കുന്നതുകേട്ടു.

അവൾ കടന്നുചെന്നപ്പോൾ ഒതുക്കുകല്ലുകൾക്കു താഴെനിന്നുകൊണ്ട് സർദാർജി സംസാരിക്കുകയാണ്.

ജാലകത്തിലൂടെ കണ്ടപ്പോൾ കരുതിയത്ര വൃദ്ധനല്ല. പ്രായം നാല്പതിനും അറുപതിനുമിടയ്ക്ക് ഏതുമാവാം. പ്രസാദമില്ലാത്ത വരണ്ട മുഖത്തു ചുളിവുകളും വരകളും വീണിട്ടുണ്ട്. കണ്ണുകളുടെ തടങ്ങളിൽ കറുത്ത രാത്രികൾ ഉറങ്ങിക്കിടക്കുന്നു. നെറ്റിയിൽ മുക്കാൽഭാഗവും കറുപ്പുനിറം വ്യാപിച്ചു കിടക്കുന്ന ഒരു കല. വികൃതമായ ആ മുഖത്തുനോക്കുമ്പോൾ പെട്ടെന്ന് വെറുപ്പാണ് തോന്നുക.

തിരിച്ചുപോവാൻ ഭാവിക്കുകയായിരുന്നു.

"നമസ്തേ ടീച്ചർജി."

വിമല തിരിഞ്ഞുനിന്നു.

"നമസ്തേ!"

"ചൗക്കിദാർ പറയുന്നു, ടീച്ചർജി ഒരുപാടു പുസ്തകങ്ങൾ വായിക്കുമെന്ന്."

വിമല അമർസിംഗിനെ അല്പം രൂക്ഷമായൊന്നു നോക്കി. ഇയാൾ രാവിലെ വരാന്തകൾ അടിച്ചുവാരുന്നതിനുപകരം, എവിടെനിന്നോ വന്ന ഈ മനുഷ്യനോട് തന്നെപ്പറ്റി പ്രസംഗിച്ചു നില്ക്കുകയായിരുന്നോ?

ഉണ്ടെന്നും ഇല്ലെന്നും പറഞ്ഞില്ല.

"വിരോധമില്ലെങ്കിൽ എനിക്കു കുറച്ചു പുസ്തകം കടംതരൂ. വരുമ്പോൾ കുറെ പുസ്തകം വാങ്ങി. വഴിക്കു മൂന്നുദിവസംകൊണ്ട് എല്ലാം ഭക്ഷിച്ചു കളഞ്ഞു."

ആ പദപ്രയോഗം കേട്ടപ്പോൾ വിമലയുടെ ചുണ്ടിൽ ഒരു ചിരി മുഖം കാട്ടി. എന്തെങ്കിലും പറയണമല്ലോ എന്നുവെച്ചു വിമല പറഞ്ഞു.

"എന്റെ കൈവശം നല്ല പുസ്തകങ്ങൾ കുറവാണ്."

"കാണുന്നതെന്തും വായിക്കും ഞാൻ. മരുന്നിന്റെ ക്യാറ്റലോഗോ റെയിൽവേ ഗൈഡോ ടെലഫോൺ ഡയറക്ടറിയോ എന്തായാലും കൊള്ളാം."

അപ്പോൾ വിമലയ്ക്കു ചിരിക്കാതിരിക്കാൻ കഴിഞ്ഞില്ല.

ആവശ്യത്തിലേറെ അയഞ്ഞുകിടക്കുന്ന ഒരു ഷർട്ടും വളരെ വിസ്താരമുള്ള ഒരു നീലപ്പാന്റുമാണ് അയാൾ ധരിച്ചിരിക്കുന്നത്. സംസാരിക്കുമ്പോൾ

കാണുന്ന അകന്നുനില്ക്കുന്ന തേഞ്ഞ പല്ലുകളുടെ കറുത്ത കുറ്റികൾ അറപ്പുണ്ടാക്കുന്നു.

"നോക്കട്ടെ."

കുളിമുറിയിൽനിന്നു തിരിച്ചുവരുമ്പോൾ അടുക്കളയിൽ കയറിനോക്കി. തീ പൂട്ടുന്നേയുള്ളൂ. ഹാളിന്റെ അറ്റത്തെ വരാന്തയിലൂടെ വെച്ചു. കമാനത്തിന്റെ ചുവട്ടിലൂടെ നോക്കിയപ്പോൾ അമർസിംഗും സർദാർജിയും തോട്ടത്തിൽ നില്ക്കുന്നതു കണ്ടു. സർദാർജി ജെറാനിയത്തെ ലാളിക്കുകയാണ്.

രണ്ടാഴ്ചയായി ആർക്കും കത്തെഴുതിയിട്ടില്ല. മറുപടി അയയ്ക്കാത്ത കത്തുകൾ മേശവലിപ്പിൽ കൂട്ടിയിട്ടിരിക്കയാണ്. ഇന്നെഴുതിയേക്കാം:

പ്രിയപ്പെട്ട ശാന്തേ, നീ വിവാഹിതയാവാൻ പോകുന്നതറിഞ്ഞു സന്തോഷിക്കുന്നു. തിയതി അറിയിക്കുമല്ലോ.

പ്രിയപ്പെട്ട അമ്മയ്ക്ക്: ഇവിടെ എനിക്കു സുഖംതന്നെ. അവിടെ നിങ്ങൾക്കെല്ലാം സുഖമെന്നു കരുതുന്നു.

പ്രിയപ്പെട്ട ഷിറിൻ, ഞാൻ ഒരുമാസമായി സുഖമില്ലാതെ കിടപ്പിലായിരുന്നു. അതുകൊണ്ടാണ് മറുപടിക്കു വൈകിയത്.

സ്റ്റാൻഡിൽനിന്നു നാലഞ്ചു പുസ്തകങ്ങൾ തിരഞ്ഞെടുത്തു. മൂന്നു നോവലുകൾ. ഒരു ചിത്രകാരന്റെ ജീവചരിത്രം, ഒരു ഹോളിവുഡ് നടന്റെ സത്യപ്രസ്താവനകൾ.

പണ്ടു ചിത്രപ്പണികളുണ്ടായിരുന്നു എന്നോർമ്മിപ്പിക്കുന്ന വാൾനട്ട് ട്രേയിൽ അമർസിംഗ് വെണ്ണ പുരട്ടിയ ടോസ്റ്റും കാപ്പിയും കൊണ്ടുവന്നു.

മേശപ്പുറത്ത് അടുക്കിവെച്ച പുസ്തകങ്ങൾ മാറ്റി തട്ടുവെച്ചപ്പോൾ കിഴവൻ ചോദിച്ചു:

"സർദാർജിക്കാണോ?"

"ഉം. കൊടുത്തേക്ക്."

"നല്ല മനുഷ്യനാണ്. സർദാർജി ഹിന്ദിയും പഹാഡിയും ഒരുപോലെ സംസാരിക്കും. എന്നെകണ്ടപ്പോൾ ചോദിച്ചു, അമർസിംഗല്ലേ എന്ന്."

"തന്നെ മുമ്പറിയുമോ?"

"പത്തുപതിനെട്ടു കൊല്ലം മുമ്പ് ഈ കോട്ടേജിൽ വന്നുതാമസിച്ചിട്ടുണ്ടത്രേ. എന്തൊരോർമ്മ?"

"ഉം."

താല്പര്യം കാണിച്ചാൽ അമർസിംഗ് പഴയകാലത്തെ തന്റെ വീരകഥകൾ പറയാൻ തുടങ്ങും. ചെറുപ്പത്തിലെ തന്റെ ശരീരശക്തി, അടികലശലിൽ കഴുത്തിൽ വെട്ടേറ്റത്, ഒരിക്കൽ രാമലീലയ്ക്കു ശ്രീരാം മഹാരാജിന്റെ വേഷം കെട്ടിയത്.

"സർദാർജി നല്ല പണക്കാരനാണെന്നു തോന്നുന്നു. ബീബീജി."

ശുണ്ഠിവന്നു: "താനാണോ അയാളുടെ മുനിംജി?"

“അല്ല, ബീബീജി. ദില്ലിയിൽനിന്നു ടാക്സിയിലാണു വന്നത്. പന്ത്രണ്ടു റുപ്പികയ്ക്കു ബസ്സുള്ളപ്പോൾ മുന്നൂറുരൂപ?”

“പണമുള്ളവർ ചെലവാക്കട്ടെ, തനിക്കെന്താ?”

സ്റ്റാമ്പു വാങ്ങിക്കൊണ്ടുവരാൻ ചില്ലറയെടുത്തുകൊടുത്ത് അമർസിംഗിനെ പുറത്താക്കി.

പതിവുപോലെ കിഴവൻ ഓർമ്മിപ്പിച്ചു:

“കത്തെഴുതിത്തരൂ, ബീബീജി. ഞാൻ കൃത്യമായി സ്റ്റാമ്പുപതിച്ചു പെട്ടിയിലിട്ടോളാം. ഒരു നടത്തം ലാഭിക്കാലോ!”

അമർസിംഗിനെ ഇന്നും ഇന്നലെയും അറിയാൻ തുടങ്ങിയതല്ലല്ലോ. കത്തു കീറി കാറ്റിൽ പറപ്പിക്കും. എന്നിട്ടു സ്റ്റാമ്പിന്റെ കാശെടുത്തു ഭാംഗ് വാങ്ങും. എല്ലാവർക്കും അറിയാവുന്ന കാര്യമായതുകൊണ്ടു വിശ്വാസക്കുറവു കാണിച്ചാലും അയാൾക്കു പരിഭവമില്ല.

വാതിൽചാരി കത്തെഴുതാനിരുന്നപ്പോഴാണ് പുറത്തുനിന്ന് അമർസിംഗിന്റെ ബഹളം:

“ബീബീജി, ഒന്നു വേഗം വരൂ.”

പുറത്തുവന്നപ്പോൾ കാക്കിയുടുപ്പും കരിമ്പടപ്പുതപ്പുമുള്ള തപാൽ ക്കൂലി നില്ക്കുന്നു.

“ബീബീജിക്കു ഫോൺ വന്നിരിക്കുന്നു.”

തപാൽക്കൂലിക്കാരൻ വ്യക്തമാക്കി;

“ട്രങ്ക്കാൾ.”

അകത്തൊരു നടുക്കമുണ്ടായി... ഒരു നിമിഷം സ്തംഭിച്ചു നിന്നശേഷം മുറിക്കകത്തു കടന്നു ഷാളെടുത്തു പുതച്ചു.

“അമർസിംഗ് മുറി പൂട്ടുന്നില്ല.”

“ഠീക്ക്, ഠീക്ക്, ബീബീജി. സ്റ്റാമ്പ് ബീബീജി തന്നെ വാങ്ങുന്നോ!”

ഒന്നും പറയാതെ ധൃതിയിൽ പുറത്തുകടന്നു.

കുന്നിറങ്ങി സമനിരപ്പായ വഴിയിലെത്തിയപ്പോൾ നടത്തം സാവധാനത്തിലാക്കി. ജീവിതത്തിലെന്തോ സംഭവിക്കാൻ പോവുകയാണ്.

വിദൂരതയിൽ എവിടെനിന്നോ സുപരിചിതമായ ഒരു ശബ്ദം.

പബ്ലിക്ക് കാൾ ഓഫീസിന്റെ വാതിൽ ചാരി റിസീവർ കൈയിലെടുത്തതു വളരെ സാവധാനത്തിലായിരുന്നു. മനസ്സ് അപ്പോൾ ശാന്തമായിരുന്നു.

ആര്?

ബാബുവിന്റെയാണു ശബ്ദം. ബാബൂ!

എന്ത്?

അതേ.... കാലത്ത്..... അതേ ചേച്ചീ... അഞ്ചരമണിക്ക്.....

തപാലാപ്പീസിന്റെ പുറത്തു കല്ക്കഷണങ്ങൾ എഴുന്നുനില്ക്കുന്ന വെളി

സ്ഥലത്ത് ഒരു നിമിഷം നിന്നു. ഇളവെയിൽ. സന്ദർശകരുടെ സൗഭാഗ്യമായ പ്രഭാതമാണ് ചുറ്റും. പിന്നിൽ ബസ്സ്റ്റാൻഡ് ഇരമ്പുന്നു.

ഉറങ്ങിക്കിടന്നിരുന്ന ഈ സ്ഥലം എത്ര വേഗത്തിലാണു ഞെട്ടിയുണർന്നത്! സന്ദർശകരുടെ സംഘങ്ങൾ, പെട്ടികളുടെയും ഹോൾഡോളുകളുടെയും കൂമ്പാരങ്ങൾക്കു ചുറ്റും കഴുകന്മാരെപ്പോലെ കൊത്തിവലിക്കുന്ന ഭോട്ടിയ കൂലിക്കാർ. സൈക്കിൾ റിക്ഷക്കാരും ഹോട്ടൽ ഏജന്റുമാരും ചേർന്നുണ്ടാക്കുന്ന ലേലംവിളികളുടെ ബഹളം.

–അതേ.... കാലത്ത് അഞ്ചരമണിക്ക്.

എനിക്കൊന്നും സംഭവിച്ചിട്ടില്ല.

വർണ്ണങ്ങളുടെയും ശബ്ദങ്ങളുടെയും അലകൾ സഞ്ചരിക്കുന്നു: അപരിചിതരുടെ ആയിരം മുഖങ്ങൾ. അക്കൂട്ടത്തിൽ ഒമ്പതുവർഷത്തിനപ്പുറം കണ്ട ഒരു പെൺകിടാവിനെ അന്വേഷിക്കുന്ന കണ്ണുകളുണ്ടോ? മഷിയെഴുതിയ പോലുള്ള കണ്ണുകൾ? നെറ്റിയിലേക്കു തെറിച്ചുവീണുകിടക്കുന്ന മുടിക്കു കീഴെ നീലിമ തിളങ്ങുന്ന കണ്ണുകൾ?

ബുദ്ദു എവിടെയാണ്? കഷണ്ടിക്കാരനായ ആ മുറിയൻ കാലുറക്കാരൻ സായ്പാണോ? ചിത്രമെവിടെ. ബുദ്ദൂ? ബോട്ടുജെട്ടിയിലെ ആൾപ്പിടിയന്മാരുടെ കൂട്ടത്തിൽനിന്നു 'ഗോരാസാഹിബി'ന്റെ പടം സൂക്ഷിക്കുന്ന ഒരു ചെറുക്കന്റെ കണ്ണുകൾ ഈ ബഹളത്തിനകത്തു ചികഞ്ഞുനോക്കുന്നുണ്ടോ?

വിമല നടന്നു.

ഈശ്വരാ! എനിക്കെന്തോ തകരാറുണ്ട്. ഒന്നു കരയാൻപോലും കഴിവില്ലല്ലോ.....

തന്റെ കാലടിവെപ്പുകൾ പതറുന്നില്ലെന്ന് അവളോർമ്മിച്ചു. ദുഃഖത്തിന്റെ നീർപ്പാടകൾ മനസ്സിലേക്കിറങ്ങി വരുന്നില്ല.

പ്രഭാതത്തിൽ, അഞ്ചരമണിക്ക്, എന്റെ അച്ഛൻ മരിച്ചു.....

മരണത്തിന്റെ വാർത്തയുടെ മുമ്പിൽ, നീർച്ചുഴിയിൽപ്പെട്ട ഒരു പുല്ക്കൊടി പോലെ, ആടിയുലഞ്ഞു നിസ്സഹായയാവുന്നതു മനസ്സിൽ കണ്ടിരുന്നു.

ഒന്നും സംഭവിക്കുന്നില്ല. കനത്ത ശാന്തത മാത്രമാണു മനസ്സിൽ.

ഗോൾഡൻനൂക്കിന്റെ അതിർത്തിയിൽ വെട്ടിയൊരുക്കിയ മുൾച്ചെടികളുടെ പിന്നിൽ നില്ക്കുന്ന സർദാർജിയുടെ കണ്ണുകൾ തിളങ്ങി.

"ആരാണ് ടീച്ചർജി, വിരുന്ന്?"

അവൾക്കു മനസ്സിലായില്ല.

"ചൗക്കിദാർ, ട്രങ്ക്കാൾ വന്നെന്നു പറഞ്ഞു. ആരാണു വിരുന്ന്?"

മരണം. മരണമാണ് എന്റെ വിരുന്നുകാരൻ. ഉച്ചത്തിൽ ആർത്തുവിളിക്കാൻ തോന്നി.

തന്റെ നിശ്ശബ്ദതയെ ശ്രദ്ധിച്ചു കണ്ണുകളിലെ കുസൃതിച്ചിരി മായ്ച്ചു

കളഞ്ഞു. നേരിയ അമ്പരപ്പോടെ നില്ക്കുന്ന ആ മനുഷ്യന്റെ മുഖത്തു ധീരതയോടെ നോക്കി.

ശബ്ദം ചിലമ്പാതിരിക്കാൻ ആഗ്രഹിച്ചു.

"ആരും വന്നില്ല. പോയതാണ്. എന്റെ അച്ഛൻ."

തപാലാപ്പീസിൽനിന്നു തിരിച്ചുപോരുമ്പോൾ ഓരോ കാലടിവെപ്പിലും കനംകൂട്ടിവെച്ച ശാന്തത മുഴുവൻ ഒരു നിമിഷം കൊണ്ടു തകർന്നുപോവുമോ എന്നു ഭയംതോന്നി. കരയരുത്, കരയരുത്. കണ്ണുകളുടെ പശ്ചാത്തലത്തിലെവിടെയോ വേരുകളിളകുന്നതുപോലെ ഒരു കടച്ചിൽ തോന്നി.

മുറിക്കകത്തെത്താൻ വേണ്ട നിമിഷങ്ങൾക്കു എന്തൊരു ദൂരമാണ്!

പതിനൊന്ന്

മരണഗൃഹം സന്ദർശകരെക്കൊണ്ടു നിറഞ്ഞിരിക്കുമെന്നാണു കരുതിയിരുന്നത്. കോലായിലേക്കു കയറിയപ്പോൾ മുഖം വിളറിപ്പോയി. തൂണിനരികേ നില്ക്കുന്ന ആൾ ആൽബർട്ട് ഗോമസ്സായിരുന്നു. ചുളിവീഴാത്ത സൂട്ട് ധരിച്ച്, രണ്ടുവശവും ചെവിക്കുമുകളിൽ നരകയറിയ ശിരസ്സുയർത്തിപ്പിടിച്ചു നീണ്ടു നിവർന്നു നിന്നു, അയാൾ. സ്വർണ്ണനിറമുള്ള ഹോൾഡറിൽ ഉറപ്പിച്ച ഒരു സിഗരറ്റ് വലിച്ചു പുകയൂതുകയാണ്. ഡാൻസ്ഹാളിൽനിന്നു സ്വല്പം കാറ്റു കിട്ടാൻ പുറത്തു കടന്നുനിന്നു വിശ്രമം തേടുന്ന ഒരാളുടെ ഭാവമാണ്. സഹതാപം വരുത്തി മന്ദഹസിച്ചു കൊണ്ട് എന്തോ പറഞ്ഞപ്പോൾ മുഖം കറുത്തുപോയി. ആ സഹതാപമായിരുന്നു ദുസ്സഹം.

ഓ, വ്യസനം പങ്കുപറ്റാൻ വന്നിരിക്കുന്നു! അയാൾക്കിന്നൊരു സുദിനമാണ്.

സ്വീകരണമുറിയിൽ കടക്കുമ്പോൾ തലയ്ക്കകത്ത് ഈയൽക്കൂട്ടങ്ങൾ പാറിനടക്കുന്നപോലെ അസ്വാസ്ഥ്യം തോന്നി. സെറ്റിയിലും കസേരയിലുമായി നാലഞ്ചുപേരുണ്ട്; ഒരു മൂലയിൽ നഖം ചവച്ചുകൊണ്ട് ബാബുവും.

ഡൈനിംഗ്റൂമിലെ മേശപ്പുറത്ത് എയർബാഗിട്ട് ചെറിയ കിടപ്പറയിൽ കടന്നപ്പോൾ ആദ്യം ഒന്നും വ്യക്തമായില്ല. ശിരസ്സിനകത്തു കൂടുതൽ ചിറകടികൾ നടക്കുന്നു.

മങ്ങിയവെളിച്ചത്തിൽ കട്ടിലിൽ അമ്മ ചുവർ ചാരിയിരിക്കുന്നതു പിന്നീടു കണ്ടു. സ്ത്രീകൾ ആരെല്ലാമോ ഉണ്ട്, കൂടെ. ആരും ഇളകിയില്ല. വിളറിയ ചിരികൾ എവിടെയെല്ലാമോ കണ്ടു, തണുത്തുനില്ക്കുന്ന അന്തരീക്ഷമിളകി. അനിയത്തി കരഞ്ഞുകൊണ്ടുവന്നു കെട്ടിപ്പിടിച്ചു. കണ്ണീർപുരണ്ട നനഞ്ഞ അവളുടെ മുഖം ചുമലിൽ അമർന്നപ്പോൾ പുറത്തുതടവിക്കൊണ്ടു നിശ്ശബ്ദമായി പറഞ്ഞു: കരയരുതു കുട്ടീ, കരയരുത്.

സ്ത്രീകളിൽ ചിലർ സംസാരിച്ചു. തന്നോടാണ്. മറുപടി പറയാൻ വാക്കുകൾ വരുന്നില്ല.

ബാബുവിന്റെ ചുമലിൽ കൈവെച്ചു നടന്നുവന്ന ആരോ പുറത്തുനിന്നു വിളിച്ചു:

"വിമല വരൂ."

മലയാളത്തിലാണ്. കേട്ടപ്പോൾ വല്ലാത്തൊരാശ്വാസം തോന്നി.

മേനോൻ സാബാണ്.

"നാട്ടിലേക്കു വിവരമറിയിക്കണോ?"

"അറിഞ്ഞുകൂടാ."

"അറിയിച്ചിട്ടെന്താ? അഞ്ചുദിവസം വേണം ആളെത്താൻ, കാത്തിരിക്കാൻ പറ്റില്ലല്ലോ."

അപ്പോഴേക്കും മിസ്റ്റർ ഗോമസ്സെത്തി.

"എന്താ മേനോൻ സാബ്?"

അദ്ദേഹം അതു കേട്ടതായി ഭാവിച്ചില്ല. മിസ്സിസ് മേനോനറിയാം, അമ്മയുടെ സായാഹ്നസഞ്ചാരത്തിന്റെ രഹസ്യം. മേനോൻസാബിന്റെ ചെവിയിലും അതെത്തിക്കാണും.

"ഇനി ആരെയെങ്കിലും കാത്തിരിക്കണോ, വിമലേ?"

ആരെ കാത്തിരിക്കാനാണ്?

സംസ്ക്കാരം കഴിഞ്ഞ് അവസാനം പിരിഞ്ഞുപോയതു മിസ്റ്റർ ഗോമസ്സാണ്.

അയാൾ അമ്മയോടു യാത്രപറയാൻ മുറിയിൽ കടന്നുവന്നപ്പോൾ അവൾ പുറത്തുകടന്നു. ആശ്വസിപ്പിക്കട്ടെ, സൗകര്യമായി ആശ്വസിപ്പിക്കട്ടെ.

പുറത്തെ വരാന്തയിൽ അടുക്കളയിൽ നിന്നുള്ള അഴുക്കുവെള്ളം ഒഴുകിപ്പോകുന്ന ചാലിലേക്കു നോക്കിക്കൊണ്ടു നില്ക്കുമ്പോൾ അനിതയും പിന്നിലെത്തി; തൂണിൽ ചങ്ങലയ്ക്കിട്ട ഷാഡോ വലിഞ്ഞുനിന്നു കാലടി മണപ്പിക്കാൻ ശ്രമിച്ചു.

"പോട്ടെ മിസ്സ് വിമല."

ഗോമസ്സിന്റെ ശബ്ദം.

അവൾ തലതാഴ്ത്തുക മാത്രം ചെയ്തു.

അനിതയുടെ കലങ്ങിയ കണ്ണുകൾ തന്റെ മുഖത്തു പതിയുന്നത് അറിയുന്നുണ്ടായിരുന്നു.

ഉരുളക്കിഴങ്ങുഗവേഷണത്തിന്റെ കെട്ടിടങ്ങൾ, ചിതറിക്കിടക്കുന്ന കുന്നുകൾ. അച്ഛൻ ജോലിചെയ്തിരുന്ന മുറിയുള്ള കെട്ടിടമാണ് ഏറ്റവും ഉയർന്നു കാണുന്നത്. വർഷങ്ങളായി അച്ഛൻ ഭരിച്ചതാണ്, ചുവന്ന മേൽപ്പുരകൾക്കു താഴെ ആ സാമ്രാജ്യം.

രാത്രി അടുത്തെത്തുമ്പോൾ വിഷമം കൂടിക്കൂടിവന്നു.

അച്ഛന്റെ കിടപ്പുമുറിയിലേക്ക് അന്നാരും കടക്കുകയുണ്ടായില്ല.

മേശപ്പുറത്തു രാത്രിയിലെ ഭക്ഷണം ഒരുക്കിവെച്ചു ബീർബഹദൂർ വന്നു വിളിച്ചു.

ആരും ഭക്ഷണം കഴിച്ചില്ല.

ചെറിയ കിടപ്പറയിൽ എല്ലാവരും ഒരുമിച്ചാണ് കിടന്നത്. വിളക്കണച്ചില്ല.

അനിതയുടെ കൈ തന്നെ ചുറ്റിയിട്ടുണ്ട്. ദുഃഖത്തേക്കാളേറെ ഭയമാണ് അവൾക്കുണ്ടായിരുന്നതെന്നു തോന്നി.

ഉറക്കം അകന്നുമാറി കളിക്കുന്ന ഒരു കാളരാത്രിയെ ഭയന്നുകൊണ്ടാണു വിമല കിടന്നത്. പ്രതീക്ഷയ്ക്കു വിരുദ്ധമായി വേഗം ഉറങ്ങി.

മഞ്ഞുവീണ് എല്ലാം കാണാതാവുന്നു.

ഓളങ്ങൾ, നനുത്ത ഓളങ്ങൾ, ഓടിനടക്കുന്നു.

ഒഴുകി നടക്കുകയാണ്, ഒഴുകുകയല്ല; മുഖപ്പിൽ അരയന്നം ചിറകുവിടർത്തിനില്ക്കുന്ന കളിവള്ളത്തിൽ സഞ്ചരിക്കുകയാണ്.

ആദ്യം ബുദ്ദുവാണ് തോണി തുഴഞ്ഞത്. ബുദ്ദു സംസാരിച്ചുതുടങ്ങിയപ്പോൾ ബുദ്ദുവല്ല. ഷേവുചെയ്ത് ഇളം പച്ചനിറത്തിന്റെ നിഴല്പാടു വീണ മുഖം ബുദ്ദുവിന്റെയല്ല. നീല ഞരമ്പുകൾ മുഖത്തുതുടിക്കുന്നു. നെറ്റിയിലേക്കു വീണുകിടക്കുന്ന മുടി.

“അരുത് അങ്ങോട്ടു തുഴയരുത്.”

“ഉം?”

“കയമാണ്. കയത്തിൽ കാശെറിയണം.”

“കാശിന് അതിലും നല്ല ഉപയോഗമുണ്ട്.”

“അവിടെ ഈശ്വരവിശ്വാസമില്ലാത്തവർ തോണി മുങ്ങിമരിക്കുമെന്നാണു കേൾവി.”

“മരിക്കാൻ ഭയമുണ്ടോ?”

പൂത്തുവിടർന്നു നില്ക്കുകയാണ് ജീവിതം; നോക്കുന്നേടത്തെല്ലാം. മരണത്തെപ്പറ്റി ഓർക്കാൻ വയ്യ.

ഓളപ്പാളികൾ വട്ടം ചുറ്റുന്ന അഗാധതയുടെ മുകൾത്തട്ടിൽ തോണി കറങ്ങുമ്പോഴും ബുദ്ദുവിന്റെ കണ്ണിൽ ഭയമില്ല. ബുദ്ദുവിന്റെ മുഖം വീണ്ടും മാറുന്നു. ബുദ്ദുവല്ല. നീലഞരമ്പുകൾ തുടിക്കുന്ന മുഖം.

വട്ടം ചുറ്റുന്ന തോണിയുടെ വക്ക് ആകാശം മുട്ടുന്നു. പൊടുന്നനെ താഴോട്ട്.... താഴോട്ട്....

ഇപ്പോൾ.... ഇപ്പോൾ....

“ഹമ്മേ!”

“വിമലേ!”

“അമ്മ വിളിച്ചോ!”

“എന്തേ കുട്ടീ?”

“ഒന്നുമില്ല.”

കണ്ണുകൾ പൊടുന്നനെ നനഞ്ഞുപോയി. അമ്മയെ കെട്ടിപ്പിടിക്കണമെന്നു തോന്നി.

വീണ്ടും കണ്ണടച്ചുകിടന്നു. ഉറക്കത്തിൽ ബാബു പല്ലുകടിക്കുന്നു. സ്ഫുടതയില്ലാത്ത ശബ്ദങ്ങൾ പുലമ്പുന്നു.

അനിതയുടെ കരവലയം മുറുകുന്നു....

മുറ്റത്തിന്റെ അതിർത്തിയിൽ നിന്നപ്പോൾ ആദ്യത്തെ ബസ്സ് സ്ഥലം വിടുന്നതുകണ്ടു. താഴെ നാലഞ്ചു പീടികകളുള്ള അങ്ങാടിയുടെ മുൻവശത്താണ് ബസ്സുകൾ വന്നു നില്ക്കുക.

അടുത്ത ബസ്സ് എട്ടരമണിക്കാണ്.

എയർ ബാഗെടുത്തു പുറത്തിറങ്ങുമ്പോൾ അമ്മ ചോദിച്ചു:

"നീയെന്താ ഭാവം?"

"ഞാൻ പോകുന്നു."

"ചേച്ചിക്ക് ഇപ്പോഴെങ്കിലും കുറച്ചുദിവസം ഇവിടെ താമസിച്ചൂടെ?"

ബാബുവിന്റെ ശബ്ദത്തിൽ അമർഷമുണ്ടായിരുന്നു.

അവൾ ഒന്നും മിണ്ടിയില്ല.

അടുക്കളയിൽനിന്നു പുറത്തുവന്ന ബീർബഹദൂർ സഞ്ചിയെടുത്തു മുന്നിൽ നടന്നു. അവൾ അനിതയുടെ ചുമലിൽ പതുക്കെ തട്ടി പുറത്തിറങ്ങി.

ബസ്സ് സ്ഥലം വിട്ടപ്പോൾ മനസ്സിൽ കുളുർമ്മ തോന്നി. തന്റെ ലോകത്തിലേക്കു തിരിച്ചുപോവുകയാണ്.

തന്റേതായ ലോകം. മലകളും മഞ്ഞും തണുപ്പും തടാകവും തേടി വരണ്ട ഭൂമികളിൽനിന്നു വന്നെത്തുന്ന സഞ്ചാരികളുടെ കാലൊച്ച കേൾക്കാം; തന്റെ ശവകുടീരത്തിനുചുറ്റും.

പന്ത്രണ്ട്

വഴിവിളക്കുകളുറപ്പിച്ച കമ്പിക്കാലുകൾ. പച്ചനിറം പൂണ്ടു തിളങ്ങുന്നു. നടക്കാവുകളിൽ ഇടവിട്ടു കറുപ്പും വെളുപ്പുമായ വീതിയേറിയ വരകൾ.

തടാകത്തിൽ നിന്നാൽ ഉയരത്തിലുള്ള മലമ്പാതയിലൂടെ ചീനാപീക്കിലേക്കു കുതിക്കുന്ന സഞ്ചാരികളുടെ കുതിരക്കുളമ്പടികൾ തുടർച്ചയായി കേൾക്കാം.

തണുത്ത മാസങ്ങളിൽ വിജനതയുടെ നിശ്ചലത കണ്ടുനില്ക്കാറുള്ള പടിഞ്ഞാറൻ തീരത്തെ കല്പടവിന്റെ സമീപം നിന്ന് ആരോ ചൂണ്ടലിടുന്നു. പാതയിലൂടെ കടുത്ത വർണ്ണങ്ങളുള്ള രോമക്കുപ്പായങ്ങളണിഞ്ഞ ഇണകൾ കൈകോർത്തു നടന്നുപോകുന്നു. പുകയിലമണവും പൊട്ടിച്ചിരിയും വായുവിൽ കൂത്തടിക്കുന്നു.

പാതയ്ക്കും തടാകത്തിനും ഇടയ്ക്കൊരു പുൽത്തകിടിയുടെ ദ്വീപിൽ വിമല താറാവിൻകൂട്ടങ്ങളെ നോക്കിക്കൊണ്ടുനിന്നു. കടന്നുപോയ തോണിയിലെ യാത്രക്കാരാരോ എറിഞ്ഞുകൊടുത്ത കടലമണികൾക്കുവേണ്ടി അവ കശപിശ കൂടുന്നു. കരയ്ക്കടുത്തൂടെ കടന്നുപോയ ഒരു ബോട്ടിൽ നിന്ന് ഉറക്കെ ആരോ വിളിച്ചുപറഞ്ഞു:

“നമസ്തേ, മേംസാബ്!”

ബുദ്ദു. ബുദ്ദുവിന്റെ മഞ്ഞപ്പല്ലുകൾ തിളങ്ങുന്നു. കാതിൽ വലിയ വളയിട്ട ഒരു പെൺകുട്ടിയും രണ്ടു ചെറുപ്പക്കാരുമാണ് അവന്റെ സഞ്ചാരികൾ.

അവർ തിരിഞ്ഞുനോക്കി.

“സീസൺ ആയാ, മേംസാബ്.”

മേഫ്ളവർ കടന്നുപോയ വഴി ഒരു വാൽനക്ഷത്രംപോലെ നീണ്ടുകിടക്കുന്നു.

കഴുത്തിൽ ക്യാമറ തൂക്കിയിട്ടു കാലുറക്കീശകളിൽ കൈതിരുകി ചൂളംവിളിച്ചുകൊണ്ട് ഒരു കറുത്ത കഷണ്ടിക്കാരൻ തെല്ലകലത്തായി വന്നു നിന്നു. അയാളുടെ കണ്ണുകൾ ചൂണ്ടൽകൊളുത്തുപോലെ ശരീരത്തിൽ തറയ്ക്കുന്നു.

അവൾ തിരിഞ്ഞുനടന്നു.

പാത മുറിച്ചുകടന്നു. പുല്പരപ്പിന്റെ രണ്ടു ദീർഘവൃത്തങ്ങൾ ചുറ്റി കരിങ്കല്ലു വിരിച്ച ഒറ്റയടിപ്പാതയിലെത്തി. മുകളിലേക്കു നടന്നു. വളരെക്കാലത്തിനുശേഷം വീണ്ടും ഈ വഴിയെ പോവുകയാണ്. നഗരത്തിൽ സഞ്ചാരികൾ നിറയുമ്പോൾ ഈ വഴിയും പാറക്കെട്ടിന്റെ പരിസരവും ഒഴിഞ്ഞുകിടക്കും.

ആളുകളുടെ കൗതുകം എത്രവേഗത്തിലാണു മാഞ്ഞുപോകുന്നത്? കൊക്കുരുമ്മുന്ന ഇണക്കുരുവികളായിരുന്നു പണ്ട് ഈ വഴിയിലൂടെ നടന്നു പോയിരുന്നത്.

കുന്നിന്റെ ഒരടുക്കിൽനിന്നു മറ്റൊരടുക്കിലേക്കു തിരിയുന്നേടത്ത് എത്തിയപ്പോൾ നിന്നു. കയറ്റം കയറിയതുകാരണം കിതപ്പുണ്ടായിരുന്നു. അവിടെയാണ് അമ്പലം. ചുറ്റും ആക്രമിച്ചുകയറിയ പൊന്തക്കാടുകൾക്കിടയിൽ അമ്പലം പാതിയും മറഞ്ഞുപോയിരിക്കുന്നു. ഇരുമ്പഴിയിൽ തൂക്കിയിട്ട നാക്കറ്റ കുടമണിക്കു കീഴിലിരുന്നു വൃദ്ധനായ പൂജാരി ഹുക്ക വലിക്കുന്നു.പണ്ടു കടന്നുപോകുന്നവരെല്ലാം ദേവനു പണം കൊടുത്തിരുന്നു. പൂജാരി പാറക്കെട്ടിന്റെ മുകളിൽനിന്നു എടുത്തുചാടി മരിച്ച പെൺകുട്ടിയെ നിത്യവും ശപിക്കുന്നുണ്ടാവും. അമ്പലം ഉറങ്ങുന്നു. ദേവൻ ഉറങ്ങുന്നു.

പിന്നിൽനിന്ന് ആരോ ഉച്ചത്തിൽ കിതയ്ക്കുന്നതു കേട്ടപ്പോൾ തിരിഞ്ഞു നോക്കി.

സർദാർജി നെഞ്ചമർത്തിപ്പിടിച്ചുനിന്നു കിതയ്ക്കുന്നു. വരണ്ടമുഖം ചോരക്കട്ടപോലെ തുടുത്തിട്ടുണ്ട്.

"പ-ഴ-യ കുതിരയുടെ കാലം കഴിഞ്ഞുപോയി."

ചിരിയും കിതപ്പും കലർന്ന സ്വരത്തിൽ അയാൾ ചോദിച്ചു:

"മുകളിലേക്കാണോ ടീച്ചർജീ."

"ഉം."

"ഞാനും വരുന്നു. ഒന്നു ശ്വാസം നേരെയാകട്ടെ."

ഓർമ്മകൾ ഉറങ്ങിക്കിടക്കുന്ന ഏകാന്തതയുടെ ഈ നടപ്പാതയിൽ ആരും കൂടെയുണ്ടാവുന്നത് ഇഷ്ടമില്ലാത്ത കാര്യമായിരുന്നു.

എങ്കിലും ഒന്നും പറഞ്ഞില്ല.

അവൾ നടന്നപ്പോൾ അയാളും പുറകെയുണ്ടായിരുന്നു.

പൊന്തക്കാടുകൾക്കിടയിൽ നൂറ്റാണ്ടുകളുടെ പഴക്കം തോന്നിക്കുന്ന ഒരു മരം ചൂണ്ടിക്കാണിച്ചു ചോദിച്ചു:

"ആ മരം കണ്ടോ ടീച്ചർജീ?"

"പണ്ട് അതിന്റെ കടയ്ക്കൽ എത്ര പൂവാണു വീണിരുന്നത്? അതിന്റെ താഴത്തെ പൊത്തിൽ കൊല്ലത്തിലൊരിക്കൽ ഭഗവാന്റെ കഴുത്തിലെ സർപ്പം ദർശനം കൊടുക്കുമെന്നാണു കഥ. കേട്ടിട്ടുണ്ടോ?"

അവൾ ഇല്ല എന്നു തലയാട്ടി.

"ദേവനെ വേണ്ടാതായപ്പോൾ സർപ്പത്തിനെവിടെ സ്ഥാനം? ഉം...."

പാറയുടെ സമീപമെത്തുന്നവരെ പിന്നെ അയാൾ സംസാരിച്ചില്ല. കിതപ്പോടെ മുക്കിയും മൂളിയും ഉയരം കയറുന്ന അയാളുടെ കണ്ണുകൾ ചുറ്റുപാടുകളിൽ മേഞ്ഞുനടക്കുന്നത് അവൾ ശ്രദ്ധിച്ചു. മുകളിലെത്തിയപ്പോൾ അയാൾ ആകെ വിയർപ്പിൽ മുങ്ങിപ്പോയിരുന്നു.

"ക്ഷമിക്കണം ടീച്ചർജി. ഞാനൊരിത്തിരി ഇരിക്കട്ടെ."

അയാൾ ഒരിടത്തിരുന്നു. അവൾ താഴ്‌വരയിലേക്കുനോക്കി. സുഖകരമായ കാറ്റത്തു പിന്നിൽ വട്ടത്തിൽ ചുരുട്ടിവെച്ച മുടി അഴിഞ്ഞു ചിതറിപ്പാറാൻ തുടങ്ങി.

"ഇരിക്കൂ, ടീച്ചർജി?"

അടുത്തും അകലെയുമല്ലാത്ത നിലയിൽ ഒരുയർന്ന കല്ലിൽ കാൽ തൂക്കി യിട്ടിരുന്നു. പിന്നിൽ കരിമ്പാറക്കൂട്ടം ആകാശത്തിലേക്ക്, വികൃതമായ ഒരു ഗോപുരംപോലെ ഉയർന്നു നില്ക്കുന്നു.

"അച്ഛനെത്ര പ്രായമുണ്ടായിരുന്നു ടീച്ചർജി?"

"അമ്പത്തെട്ട്."

അയാളൊന്നുമൂളി.

"ഉം.... സഹതാപം അറിയിക്കുന്നില്ല. ആർ ആരോടു സഹതപിക്കാനാണ്?"

താഴ്‌വരയിലെ മരക്കുടിലുകളുടെ ഇരുണ്ട നീലിമയിൽനിന്നു കണ്ണുകൾ പിൻവലിച്ച് അവൾ ആ മനുഷ്യനെ നോക്കി. നരകയറിയ പരുക്കൻതാടി തടവി മന്ദഹസിച്ചിരിക്കുന്ന അയാളുടെ കണ്ണുകൾ തന്റെ മനസ്സിന്റെ ഉള്ളറകളിലാണ് സഞ്ചരിക്കുന്നതെന്നുതോന്നി.

"മരണം രംഗബോധമില്ലാത്ത ഒരു കോമാളിയാണ്- അല്ലേ ടീച്ചർജീ?"

അവൾ വേദനയോടെ മന്ദഹസിച്ചു.

"ഞാനാലോചിച്ചു നോക്കിയിട്ടില്ല."

"നേരാണ്. വേണമെങ്കിൽ കുറിച്ചുവെച്ചോളൂ. അജ്ഞാതചിന്തകന്റെ വച നമായി വേണ്ടപ്പോൾ ഉദ്ധരിച്ചോളൂ."

എന്നിട്ടയാൾ സ്വയം രസിച്ചുകൊണ്ടു പൊട്ടിച്ചിരിച്ചു.

എഴുന്നേറ്റ് ഏണുംകോണുമായ പാറക്കെട്ടിന്റെ ഭിത്തിക്കുമുന്നിലൂടെ നട ന്നുകൊണ്ട് അയാൾ ആരോടെന്നില്ലാതെ പറഞ്ഞു:

"പേരുകൾ പലതും മാഞ്ഞുപോയിരിക്കുന്നു..." കരിങ്കല്ലിലെ കുഴിഞ്ഞ അക്ഷരങ്ങൾ തടവിക്കൊണ്ട് അയാൾ പിറുപിറുത്തു: "പണ്ടു പേർ കൊത്തി വെക്കാത്തതെത്ര നന്നായി!"

അവൾക്കു കൗതുകം തോന്നി. എന്തേ? അവൾ കണ്ണുകളുയർത്തി.

"ഇപ്പോൾ അതു കണ്ടു നെടുവീർപ്പിടാതെ കഴിഞ്ഞല്ലോ. ടീച്ചർജി മുഷി യില്ലെങ്കിൽ, എവിടെ നിങ്ങളുടെ ആദ്യത്തെ സന്ദർശനത്തിന്റെ സ്മാരകം?"

അവൾ മറുപടി പറഞ്ഞില്ല... നിലത്തു ദൃഷ്ടികളുറപ്പിച്ച് ഇരുന്നു.

അയാൾ വിഷയം മാറ്റാനെന്നപോലെ സംസാരിച്ചു: "ആത്മഹത്യയ്ക്കു പറ്റിയ സ്ഥലങ്ങളെന്തിനാണ് മനുഷ്യർ പ്രേമത്തിന്റെ സങ്കേതങ്ങളായി തിര ഞ്ഞെടുക്കുന്നത്? ജീവിതത്തിന്റെ വികാസം കാണുന്നേടത്തു തന്നെയാവട്ടെ പതനവും എന്നാവാം. മദരിഹട്ടിൽ പോയിട്ടുണ്ടോ? ആസ്സാമിൽ? അവിടന്നു രണ്ടുനാഴിക ദൂരെ ശരിക്ക് ഇതുപോലെ ഒരു പാറക്കെട്ടുണ്ട്. എത്ര ജോഡി

കളാണ് അക്ഷരങ്ങളും അമ്പുകൊള്ളുന്ന ഹൃദയവും വരച്ചുവെച്ചിട്ടുള്ള തെന്നോ?

അവൾ ശ്രദ്ധിക്കുന്നുണ്ടെന്നു കാണിക്കാൻ തലയാട്ടി. സംസാരിക്കുന്ന തിൽ അയാൾക്ക് ഒരാനന്ദമുണ്ടെന്നു തോന്നി.

"അതിനടുത്തു നല്ലൊരു ഡാക്ക് ബംഗ്ലാവുണ്ട്. അവിടെ കിടന്നാൽ രാത്രി യിൽ ശരിക്കും കാടിന്റെ സംഗീതം കേൾക്കാം. ഉവ്വ്, കാടിന്നു സംഗീതമുണ്ട്. മഴയ്ക്കും കാറ്റിനും ഭാഷയും സംഗീതവുമുണ്ട്."

അയാൾ കിതച്ചുകൊണ്ടു നെഞ്ചിൽ ഇടതുകൈയുടെ ശോഷിച്ച വിരലു കളമർത്തി, സ്വരം കുറേക്കൂടി താഴ്ത്തിപറഞ്ഞു: "ഒരിക്കൽക്കൂടി പോണമെ ന്നാണാഗ്രഹം. രക്ഷിതാവു സമ്മതിക്കുമോ, ആവോ?"

"നല്ലത്."

"സഞ്ചരിച്ച സ്ഥലങ്ങളെല്ലാം വീണ്ടും നടന്നു നോക്കുകയാണ്. ഹെഡ് ക്വാർട്ടേഴ്സിലെ എക്കൌണ്ടന്റ് വർഷാന്തസ്റ്റോക്കെടുപ്പിനു നടക്കുന്ന ഭാവ ത്തിൽ."

അയാൾ ചിരിക്കുമ്പോൾ വർഷങ്ങൾ അയാളിൽ നിന്നു കൊഴിഞ്ഞുവീഴു ന്നതുപോലെ തോന്നി. ഒരു കൊച്ചുകുട്ടിയുടെ ആഹ്ലാദമാണയാൾക്ക്.

"ടീച്ചർജി, എത്ര കാലമായി ഇവിടെ?"

"ഒമ്പതുകൊല്ലം."

"ങ്ഹും. ആദ്യം ഈ പാറയിൽ കയറാൻ വന്നപ്പോൾ തനിച്ചായിരുന്നില്ല, അല്ലേ?"

അവൾ മറുപടി പറഞ്ഞില്ല.

"ഞാനും തനിച്ചായിരുന്നില്ല. പക്ഷേ, അതു വളരെ വളരെ കൊല്ലം മുമ്പാണ്."

അയാൾ തലകുനിച്ചു കണ്ണടച്ചിരുന്നു.

"അന്നെനിക്ക് ഇരുപത്തിമൂന്ന് വയസ്സാണ്. ഒരാണിന്റെ ജീവിതത്തിലെ ഏറ്റവും നല്ലകാലം ഏതാണെന്ന് അറിയാമോ? പഠിച്ചുവെച്ചോളൂ, ഇരുപത്തി മൂന്ന്!"

അയാൾക്കതിന് ഒരു വിശദീകരണവുമുണ്ടായിരുന്നു. ഇരുപത്തഞ്ച് ഒരു വഴിത്തിരിവാണ്. പാകതയെത്തിയ ഒരു യുവാവായെന്ന് സ്വയം തോന്നും. ഇരുപത്തിനാലിൽ അടുത്തെത്തിയ വഴിത്തിരിവിനെ തൊട്ടുമുമ്പിൽ കാണും. പതിനെട്ടിനും ഇരുപത്തിരണ്ടിനുമിടയ്ക്കു കൗമാരത്തിന്റെ അംശങ്ങൾ പലതും ബാക്കി നില്ക്കും. ഇരുപത്തിമൂന്ന്!

"നിങ്ങളുടെ വംശത്തിനു പതിനേഴിനൊരു വിശേഷണം കൊടുത്ത വിദ്വാൻ നമ്മുടെ കാര്യം മറന്നുപോയി."

നിമിഷങ്ങൾ വീണ്ടും നിശ്ശബ്ദതയുടെ നീർക്കയത്തിലേക്കു താണുപോയി.

"എന്താണ് ടീച്ചർജി ഒന്നും പറയാത്തത്?"

"എന്ത് പറയാൻ?"

"എന്തെങ്കിലും. പണ്ടു ഞാനും ഇങ്ങനെയായിരുന്നു. എന്നോടു മാത്രമേ ഞാൻ കൂടുതലായി സംസാരിച്ചിരുന്നുള്ളൂ. ഇപ്പോൾ എനിക്ക് എന്തിനോടും സംസാരിക്കാം. പാറകളോട്, മരങ്ങളോട്, വിളക്കുകാലുകളോട്..... സംസാരിക്കാൻ കഴിയുന്നത് ഒരനുഗ്രഹമാണ്, ടീച്ചർജീ. ശരിയല്ലേ?"

"ശരിയായിരിക്കാം."

കുന്നിൻചെരുവിൽ നിഴലുകൾക്കു നീളം കൂടി. പാറയുടെ ചുവട്ടിലെ അഗാധതയിലേക്കു മൂടൽ മഞ്ഞ് ഒരിളം നീലപ്പുതപ്പുപോലെ ഒഴുകി വീണു.

"ഞാനൊന്നു മുകളിൽക്കയറി നോക്കട്ടെ."

അവൾക്ക് വിലക്കണമെന്നുതോന്നി. ദുർബ്ബലനായ ഈ മനുഷ്യൻ അതിന്റെ നെറുകയിൽ കയറി നോക്കുന്നതു സാഹസമാണ്. പക്ഷേ ഒന്നും പറഞ്ഞില്ല.

നന്നെ പ്രയാസപ്പെട്ടാണ് അയാൾ കയറുന്നത്.. തുളകൾ വീണ ഇലകളിൽ നിന്നും കാറ്റൊഴിയുന്നതുപോലെ ഒച്ചയോടെ ശ്വാസം വിടുന്നതു കേൾക്കാം. മുഖത്തു ചോര ഇരച്ചുകയറുന്നതും നെറ്റിയിൽ ഈ തണുപ്പത്തും വിയർപ്പ് ഉരുണ്ടുകൂടുന്നതും കാണാം.

കൂർത്ത മുകൾത്തട്ടിൽ നിന്നുകൊണ്ട് അയാൾ കീഴോട്ടുനോക്കുന്നു. കാറ്റിൽ അയാളുടെ വണ്ണംകൂടിയ കാലുറകൾ 'പടപട'യടിച്ചു. താൻ കാണെ ഒരു പഞ്ഞിത്തുണ്ടുപോലെ, അയാൾ പാറിപ്പോകുമോ എന്നു ഭയപ്പെട്ടു.

"ടീച്ചർജീ," കാറ്റിന്റെ പിറുപിറുപ്പിനെ ജയിക്കാൻ കുറച്ച് ഉച്ചത്തിൽ അയാൾ വിളിച്ചു ചോദിച്ചു:

"ടീച്ചർജീ, മരണത്തിന്റെ മുഖം കണ്ടിട്ടുണ്ടോ? നോക്കൂ."

മങ്ങിയ വെളിച്ചത്തിൽ ചിരിച്ചുകൊണ്ട് ഒരു കൈ ഉയർത്തി നില് ക്കുന്ന ആ മനുഷ്യനെ അവൾ ഭയപ്പാടോടെ നോക്കി. അയാളുടെ കാലടികളുടെ ചുറ്റും മരണം വാ പിളർന്നു നില്ക്കുകയാണ്.

ഇറങ്ങിവരൂ എന്നു വിളിച്ചു നിലവിളികൂട്ടാൻ തോന്നി. സ്വയം നിയന്ത്രിച്ചു.

കയറാൻ സഹിച്ചതിലുമേറെ ക്ലേശിച്ചുകൊണ്ട് അയാൾ ഇറങ്ങി താഴത്തെത്തി.

മടക്കയാത്രയിൽ അവർ സംസാരിച്ചില്ല. അവൾ അയാളുടെ രണ്ടടി പിറകിലായി സാവധാനം നടന്നു. അയാൾ ഉല്ലാസത്തോടെ ഒരു പഞ്ചാബി പ്രേമഗാനത്തിന്റെ വരി വീണ്ടുംവീണ്ടും മൂളിക്കൊണ്ടിരുന്നു.

'ഗോൾഡൻനൂക്കി' ന്റെ പടിക്കലെത്തിയപ്പോൾ അയാൾ നിന്നു; അവളും.

"നന്ദി."

"എന്തിന്?"

"നല്ല ഒരു സായാഹ്നംകൂടി കിട്ടിയതിന്, ടീച്ചർജിക്കു നന്ദി. ഈശ്വരനും ലോകത്തിനും നന്ദി."

നല്ല ഒരു സായാഹ്നം–? ഈ സർദാർജി തന്നെ പരിഹസിക്കുകയാണോ?

"നാളെ വൈകുന്നേരം എന്താണ് എന്താണ് പരിപാടി. ടീച്ചർജി?"

"ഒന്നും നിശ്ചയിച്ചിട്ടില്ല."

"ഒരു വൈകുന്നേരം ഞാൻ കടം വാങ്ങട്ടെ? ഇന്നു വീണു കിട്ടിയതാണല്ലോ. നമുക്ക് ഒരു ബോട്ടുയാത്ര നടത്താം."

അപരിചിതനായ ഈ മനുഷ്യൻ കൂടുതൽ സ്വാതന്ത്ര്യമെടുക്കുകയാണെന്നു ബോദ്ധ്യമായി. അകന്നകന്നു മാറാൻ നോക്കുമ്പോൾ അയാൾ അടുത്തേക്കു കയറിപ്പറ്റുന്നു.

"എല്ലാ വൈകുന്നേരവും ഞാനാവശ്യപ്പെടുന്നില്ല, ടീച്ചർജി. നാളെ മാത്രം."

"നോക്കട്ടെ." എന്നുമാത്രം പറഞ്ഞു.

"ഞാൻ ബോർഡിംഗ് ഹൗസിന്റെ പടിക്കൽ വന്നു വിളിക്കാം."

ശരിയെന്നോ വേണ്ടെന്നോ പറയാതെ അവൾ തന്റെ കമ്പിവേലിക്കു നേരെ നടന്നു.

"ഒരു നിമിഷം പ്ലീസ്."

നടത്തം പതുക്കെയാക്കി.

"മരിച്ചുപോയവരെ ഓർത്ത് ഉറക്കം കളയരുത്. ജീവിച്ചിരിക്കുന്നവർ ഒരുപാടുണ്ടല്ലോ ഭൂമിയിൽ."

പോർട്ടിക്കോവിലെ ട്യൂബ്‌ലൈറ്റ് ശരിപ്പെടുത്തുകയായിരുന്നു അമർസിംഗ്.

"നേരം ഒരുപാടായല്ലോ, ബീബീജി!"

"ഉം."

"മലയിൽ സന്ധ്യയ്ക്കു തനിയെ നടക്കരുത്, ബീബീജി."

പല്ലിളിക്കുകയും സീല്ക്കാരം പുറപ്പെടുവിക്കുകയും ചെയ്തശേഷം ട്യൂബ് കത്താൻ തുടങ്ങി.

"സന്ധ്യയ്ക്കോ പാതിരയ്ക്കോ എപ്പോൾ വേണമെങ്കിലും തടാകത്തിനു ചുറ്റും നടന്നോളൂ, പേടിക്കാനില്ല. നൈനീദേവിയുടെ കാഴ്ചപ്പാടുള്ള സ്ഥലമാണല്ലോ."

"മലയിലോ!"

പരിഹാസത്തോടെ ചോദിച്ചു.

"തമാശയല്ല, ബീബീജി. ചന്ദൻസിംഗിനെ കേട്ടിട്ടുണ്ടോ?"

വിമല താല്പര്യം കാണിച്ചില്ല. അമർസിംഗ് ഒരു ചരിത്രം തുറക്കുകയായിരിക്കും.

"ഭയങ്കര പോക്കിരിയായിരുന്നു. രണ്ടു വാളാണ് അരയിൽ. ആ, പത്തുനാല്പതുകൊല്ലമായിക്കാണും. ഡാക്ക് ബംഗ്ലാവിനപ്പുറത്തെ മൈതാനത്ത് രാമലീല കളിക്കുന്ന സമയം വിദ്വാൻ മസ്തായി വരുമ്പോൾ ബംഗ്ലാവിന്റെ പടിക്കൽ ഒരു ബുർഖയിട്ട പെണ്ണിരിക്കുന്നു: 'കോൻ ഹേ!' ചന്ദൻസിംഗിന്റെ പേരു

കേട്ടാൽ നാടുവിറയ്ക്കും. പെണ്ണു മിണ്ടിയില്ല. അടുത്തുചെന്നു ബുർഖ നീക്കിയപ്പോൾ ദാ പല്ലിങ്ങനെ, കണ്ണിത്ര!"

അമർസിംഗ് വേണ്ട ആംഗ്യങ്ങൾ കാണിച്ചു.

"നാവ് ഒരു ഗജംനീളം. ഒറ്റനിലവിളി. മൂന്നാംദിവസം വിദ്വാൻ മരിച്ചു."

കടുവയുമായി മല്പിടുത്തം നടത്തിയ അവന്റെ മുത്തച്ഛന്റെ മരണത്തെപ്പറ്റിയും ഇതേ കഥയാണു പറഞ്ഞിട്ടുള്ളത് എന്ന കാര്യം അമർസിംഗ് മറന്നുപോയിരിക്കുന്നു.

മുറിയിൽ സർദാർജിക്കു കൊടുത്ത പുസ്തകങ്ങളെല്ലാം തിരിച്ചെത്തിയിട്ടുണ്ട്. മുകളിൽ ഇംഗ്ലീഷിൽ ഒരു കുറിപ്പും:

"നന്ദി. സാത്താനെയും മാലാഖയേയും മാത്രമേ ഇതിൽ കണ്ടുള്ളൂ. മനുഷ്യരുടെ കഥകൾ വല്ലതും നിങ്ങളുടെ ശേഖരത്തിലുണ്ടോ?"

ആ മനുഷ്യന്റെ രൂപവുമായി തീരെ പൊരുത്തപ്പെടാത്ത സുന്ദരമായ കൈപ്പട.

അയാൾ ഒരു വിചിത്ര ജീവിയാണ്.

കുറെസമയം ഒന്നിച്ചുണ്ടായിരുന്നു. പലതും സംസാരിച്ചു. പക്ഷേ, പരിചയത്തിന്റെ അതിർവരമ്പുകൾ ഇപ്പോഴും ബാക്കികിടക്കുന്നു. അയാളെപ്പറ്റി ഒന്നും പറഞ്ഞില്ല ചോദിച്ചതുമില്ല.

"മരണം രംഗബോധമില്ലാത്ത ഒരു കോമാളിയാണ്."

–അജ്ഞാതനാമാവ്.

മരണം: വെള്ളത്തുണികൊണ്ടുമൂടിയ ശരീരം. എല്ലുന്തിയ വിളർത്ത മുഖം. അടഞ്ഞ കണ്ണുകൾ.

മലമ്പാതയിലെ തുടർച്ചയായ കുളമ്പടികൾ ഒറ്റപ്പെട്ടും നേർത്തും നിശ്ശബ്ദമായി. നടുമുറ്റത്തെ ഉയർന്ന വിളക്കുകാലിന്റെ ചുറ്റും ഒരു കാട്ടുപക്ഷി ചിറകടിച്ചു പാറിനടന്ന് രാത്രിയുടെ നിഴലുകളിലേക്ക് ഊളിയിട്ടു പോയി.

കിടക്കയിൽ കണ്ണടച്ചു കിടന്നു നാമം ജപിക്കാൻ ശ്രമിച്ചു. ഭിത്തികളുടെ മരിച്ച ഹൃദയത്തിലൂടെ ഇക്താരയുടെ നനുത്ത സ്പന്ദങ്ങൾ ഒഴുകിവരുന്നു.

പതിമൂന്ന്

സായാഹ്നത്തിൽ തന്നെക്കൂട്ടി നടക്കാനിറങ്ങാൻ ഒരാൾ ക്ഷണിച്ചിരിക്കുന്നു. രാവിലെ ആദ്യമായി മനസ്സിലേക്കു കടന്നുവന്നത് ആ വിചാരമാണ്. എവിടെ നിന്നോ ഒരാൾ. പ്രായത്തേക്കാളേറെ വൃദ്ധനും വിരൂപനുമായ ഒരാൾ.

സായാഹ്നങ്ങൾ അടുത്തെത്തുന്ന നിമിഷം കാത്ത് അണിഞ്ഞൊരുങ്ങിയിരുന്ന ദിവസങ്ങളുണ്ടായിരുന്നു. കടന്നുപോകുന്ന പെൺകുട്ടികളെ അവജ്ഞയോടെ നോക്കി അഹങ്കരിച്ച നാളുകൾ.

നരച്ച താടി തടവിക്കൊണ്ട് പോർട്ടിക്കോവിനു താഴെ ഇന്നു വൈകുന്നേരം സർദാർജി എത്തും. അവമാനമോ ആഹ്ലാദമോ തോന്നിയില്ല.

വൈകുന്നേരമായപ്പോൾ, “ബീബീജി, സർദാർജി അന്വേഷിക്കുന്നു” എന്നു പറഞ്ഞുകൊണ്ട് അമർസിംഗ് എത്തിയില്ല. അപ്പോൾ, കാത്തിരിപ്പ് എന്ന വികാരത്തിനു ശക്തികൂടി. നിമിഷങ്ങൾ ഉൽക്കണ്ഠയുടെ പിടിയിൽ കുടുങ്ങി വിറകൊള്ളുന്നുണ്ടോ?

അപ്പോൾ വരാന്തയിലൂടെ കാലൊച്ച കേട്ടു. അമർസിംഗ്തന്നെ. “ബീബീജി, ഒരു കടലാസ്. സർദാർജി തന്നതാണ്.”

വായിച്ചു: ക്ഷമിക്കണം. രക്ഷാകർത്താവായ കൂട്ടുകാരൻ വിശ്രമമാണ് ഇന്നു വിധിച്ചത്. അനുസരിക്കാതെ തരമില്ലല്ലോ. നഷ്ടം എന്റേതാണ്.

പേരില്ല. അക്ഷരമെന്തെന്നു വേർതിരിച്ചെടുക്കാൻ വയ്യാത്ത ഒരു കോറൽ മാത്രമുണ്ട് അടിയിൽ.

വിഷമമല്ല, ബാലിശമായ ഒരു വാശിയാണ് തോന്നിയത്. ഇന്നു തടാകതീരത്ത് ഒരു ടൂറിസ്റ്റിന്റെ ഉല്ലാസമഭിനയിച്ചു ചുറ്റിനടക്കണം. ബോട്ടിംഗ് നടത്തണം.

ബോട്ടുകളുടെ താവളത്തിൽ നാലഞ്ചെണ്ണം മണലിൽ കയറിക്കിടന്നു വിശ്രമിക്കുന്നുണ്ട്. പരിചയമുള്ള തോണിക്കാരെ ആരെയും കണ്ടില്ല. ബുദ്ധു വരട്ടെ. ബുദ്ധുവിന് ആറണ വരുമാനമുണ്ടാവട്ടെ താൻ കാരണം.

“മേംസാബ്... ആയിയേ, മേംസാബ്.”

വേണ്ടെന്നു തലയാട്ടി. തടാകം കണ്ടു രസിക്കുന്ന ഒരു വെറും സന്ദർശകയാണു താനെന്ന ഭാവത്തിൽ വെറുതെ വന്നു. മണ്ഡപത്തിലും പൂഴിവിരിച്ച മൈതാനത്തും നിറയെ ആളുകളുണ്ട്. തീയേറ്ററിൽ നിന്നു പുറത്തേക്കു സംഗീതം ഒഴുക്കിവിടുന്നുണ്ട്. പൂച്ച കരയുകയും നായ്ക്കൾ ഓളിയിടുകയും ചെയ്യുന്ന സിനിമാപ്പാട്ട്.

“ഫോട്ടോ കാർഡ്സ്. പത്തു ഫോട്ടോസ് രണ്ടുറുപ്പിക.”

ഒരു വില്പനക്കാരൻ സമീപത്തേക്കു വന്നു. മുഖത്തൊന്നു നോക്കിയ ശേഷം കൂടുതൽ ശ്രദ്ധിക്കാതെ തിരിച്ചുപോയി.

സീസൺ ആഘോഷത്തിനെത്തിയ സന്ദർശകയല്ല താനെന്ന് ഊഹിച്ചു കാണും.

എങ്ങനെ? നരകയറിയ മുടിയിൽ, വാസ്‌ലീൻ പുരട്ടി കറുത്തുപോയ ചുണ്ടിൽ കരിനിഴലുകൾ വീണ കണ്ണുകളുടെ താഴ്‌വരയിൽ എഴുതിവെച്ചിട്ടുണ്ടോ? ഇതാ മലകളുടെ കുഴിമാടത്തിൽ വർഷങ്ങളുടെ ഒരു തടവുകാരി!

താഴെ വന്നണഞ്ഞ ഒരു ബോട്ടിൽനിന്ന് ഉച്ചത്തിൽ ആരവം കേട്ടു.

"ആയിയേ, മേംസാബ്, ആയിയേ."

ഇടുങ്ങിയ കണ്ണുകളിൽ ചിരി നിറച്ചു മഞ്ഞച്ചിരിയോടെ ബുദ്ദു ക്ഷണിക്കുന്നു.

ബോട്ടിൽ കയറിയിരുന്നപ്പോൾ നൈനീദേവിയുടെ കുടമണികൾ കൂട്ടമായി ശബ്ദിച്ചു.

'മേഫ്ളവർ' വീണ്ടും അണിഞ്ഞൊരുങ്ങിയിരിക്കുന്നു. അരയന്നത്തിന്റെ കൊക്കും ചിറകും ചായം പുതുക്കിയിരിക്കുന്നു.

"സീസൻ എങ്ങനെ, മേംസാബ്?"

"നന്ന്."

"ആളുകൾ കൂടുതലാണല്ലോ ഇക്കുറി?"

"ഉം."

"ലെയ്ക്ക് ഹോട്ടലിൽ ഒരുപാടു വെള്ളക്കാരുണ്ട്."

വിമല ഒന്നും പറഞ്ഞില്ല.

"മേംസാബിന്റെ നാടിവിടെയാണോ?"

"അല്ല."

"വളരെ ദൂരെയാണോ?"

"ഉം."

"മദ്രാസ്–"

താൻ മേംസാബിനെ തോല്പിച്ചു എന്നഭാവത്തിലൊരു ചിരിയോടെ ചോദിച്ചു.

അവൾ അതേ എന്ന അർത്ഥത്തിൽ തലയാട്ടി.

"ങ്ഹാ. മദ്രാസി മാസ്റ്ററാണി. ഞാൻ പറഞ്ഞു കേട്ടിട്ടുണ്ട്."

"ഉം."

"മേംസാബ് നാട്ടിൽ പോവില്ലേ?"

"പോകും.."

"എപ്പോൾ?"

"എപ്പോഴെങ്കിലും."

മധ്യത്തിൽനിന്നു കരയ്ക്കടുത്തേക്കു തുഴഞ്ഞു തടാകമൊന്നു വലം വെയ്ക്കുകയായിരുന്നു ബുദ്ദു.

അവൻ ഒച്ചയോടെ ഒരു വിഡ്ഢിച്ചിരി ചിരിച്ചു പറഞ്ഞു.

"ഒരുപാടു വെള്ളക്കാർ സാബുമാർ വരുന്നുണ്ട്. നമ്മുടെ ആളെ മാത്രം കാണുന്നില്ല."

ഒരു തുഴവിട്ട്, കുപ്പായത്തിനു താഴെ തോലുറ സൂക്ഷിച്ച ഭാഗം തൊട്ടു കൊണ്ട് അവൻ ഉറപ്പിച്ചു:

"ഇക്കുറി വരും. വരാതിരിക്കില്ല."

–നാമെല്ലാം കാത്തിരിക്കുകയാണ്, ബുദ്ദൂ. ഓരോ വർഷവും ഈ നഗരവും കാത്തിരിക്കുന്നു. അതിലിടയ്ക്ക് ദിവസങ്ങൾ പോകുന്നു. ചുക്കാൻ വീഴുമ്പോൾ തെറിക്കുന്ന നീർപ്പോളകൾ, കാത്തിരിക്കാൻ നിനക്കൊരു ഗോരാസാഹിബിന്റെ ഛായയുണ്ട്. നീലഞരമ്പുകൾ തുടിക്കുന്ന ഒരു മുഖമായിരിക്കും മറ്റൊരാൾക്ക്.

കമ്പിക്കാലുകളിൽ ചായം പൂശി നടപ്പാതകളിൽ വെള്ളയും കരിമ്പടവും വിരിച്ച നഗരം കാത്തിരിക്കുന്നത് ആർക്കുവേണ്ടിയാണ് ബുദ്ദു?

നീ പ്രാർത്ഥിക്കാറുണ്ടോ, കുട്ടീ? ഈശ്വരനിൽ വിശ്വസിക്കുന്നുണ്ടോ? താഴ്വരയിൽ തനിയെ ഇരുന്നു തപസ്സുചെയ്യുന്ന നൈനീദേവിയുടെ കൂറ്റൻ കുടമണികൾ കേട്ടു കുനിഞ്ഞ ശിരസ്സുകളുടെ മുകളിലൂടെ നോക്കുന്നത് ആരെയാണ്?

"മേംസാബ് വല്ലതും പറഞ്ഞോ?"

"ഒന്നുമില്ല."

"എന്താ മേംസാബ് ആലോചിക്കുന്നത്?"

ആലോചിക്കുന്നത്–

ദാൾ തടാകത്തിലെ ഷിക്കാരയിൽ വാൾനട്ട് രൂപങ്ങൾ വില്ക്കാൻ വന്ന ഒരു പെൺകുട്ടിയുണ്ടായിരുന്നു. സുന്ദരി. കണ്ണുകൾ വൈശാഖിയിലെ ആകാശത്തേക്കാളും വിസ്തൃതമാണ്. അല്ല കവിതയല്ല. കഥ പറയുകയാണ്. കഥകൾ ആത്മാവിൽ നിന്നൊഴുകുമ്പോൾ കവിതയാണ്. എന്തേ പറഞ്ഞത്? പെൺകുട്ടി. വർഷങ്ങളായി ഞാൻ കണ്ട സ്വപ്നത്തിന്റെ ജീവൻ മുന്നിൽ. നൗകാഗൃഹത്തിലെ വെപ്പുകാരൻ അന്നുരാത്രിയിൽ മുന്നിൽ കൊണ്ടുവന്നു നിർത്തിയ പത്തുരൂപയുടെ കൂട്ടുകാരിയെ കണ്ടപ്പോൾ ഇല്ല, ഇപ്പോൾ പറയാൻ വിഷമമില്ല. എന്റെ രാത്രികളുടെ കഥകൾ പറഞ്ഞതാണല്ലോ ഞാൻ. ഇപ്പോൾ ലജ്ജിപ്പിക്കുന്ന ഒരു ഭൂതകാലമില്ല. എന്റെ മുമ്പിൽ നീ മാത്രമാണ്. നിന്റേതായ എല്ലാം എനിക്കു പ്രിയപ്പെട്ടതാണ്. നിന്റെ സുഗന്ധം എനിക്കു ചുറ്റും എപ്പോഴും പരിവേഷമായി നില്ക്കുന്നു.... എന്തേ പറഞ്ഞത്? ഒരു രാത്രിയിലെ കൂട്ടുകാരി. എന്റെ സ്വപ്നത്തിന്റെ ജീവനാണു മുന്നിൽ. മുന്നിലല്ല, ചോരയൊഴുകുന്ന സ്വപ്നങ്ങൾ കാൽക്കീഴിൽ കിടക്കുന്നു.

മെത്തയിലെ ശരീരങ്ങളുടെ സൗന്ദര്യം നിമിഷങ്ങൾകൊണ്ടു മറഞ്ഞു പോയിരുന്നു. ഇനിയിപ്പോൾ എല്ലാം പറയാം. ഞാനൊരു പത്തൊമ്പതുകാരൻ കാമുകനല്ല, നീയൊരു സ്കൂൾകുട്ടിയുമല്ല.

മറ്റൊന്നുകേൾക്കണോ? എക്സ്ക്യൂസ്മീ ഈഫ് അയാം വൾഗർ.* ഞാൻ കോളേജ് വിദ്യാർത്ഥിയായിരുന്ന കാലം. അയൽവക്കത്തെ പെൺകുട്ടിയെ പ്രേമിക്കുന്നുവെന്നുതോന്നി. അവളെപ്പറ്റിയാണ് രാവും പകലും ചിന്ത, അവ ളുടെ ശരീരം എങ്ങനെയിരിക്കും? അവളുടെ മുഖം? അവളെ പൂർണ്ണമായും എനിക്കുവേണം. വീണ്ടും ഞാൻ തെറ്റു പറയുന്നു. ഞാൻ പറഞ്ഞല്ലോ നാം കണ്ടുമുട്ടിയ നിമിഷം മുതല്ക്കു ഞാൻ വിശുദ്ധനാണ്. ആ, അയൽവക്കത്തെ സുന്ദരി. പ്രാർത്ഥനകൾ അനുനയങ്ങൾ. അവസാനം ഒരു നിമിഷത്തിൽ ജീവിതം പൂർണ്ണമാവുന്നു..... എന്റേതായ ജീവന്റെ ഒരു കുരുന്ന് അവളിൽ രൂപം കൊണ്ടാൽ– ഒന്നുമില്ല. ലോകത്തെ മുഴുവൻ വെല്ലുവിളിച്ചുകൊണ്ട് ഞാൻ പ്രഖ്യാപിക്കും; ഇവൾ എന്റേതാണ്. എന്നിട്ട് അവൾ സ്വയം എനി ക്കായി സമർപ്പിക്കുമ്പോൾ ഞാൻ ചോദിക്കുന്നു, ഭയമുണ്ടോ? അപ്പോൾ മറു പടി: ഞാൻ എന്റെ ഡയഫ്രം ധരിച്ചിട്ടുണ്ട്! സ്വപ്നങ്ങളുടെ ചോരപുരണ്ട മൃതശരീരങ്ങൾ!

ഒരിക്കലും നീ നൈരാശ്യപ്പെടുത്തിയിട്ടില്ല. അകലെയും അടുത്തും ഉട യാടകളിലും ഉള്ളിലും ആരാധനയോടെ ഞാൻ നിന്നെ കാണുന്നു....

“മേംസാബ്!”

ഓ, ഒന്നുമില്ല ബുദ്ധു. നിന്റെ വെള്ളക്കാരൻ പിതാവിനെ കാണാൻ നിനക്കു ഭാഗ്യമുണ്ടാവട്ടെ.

നമുക്കു കാണാൻ കഴിവുണ്ടായിരുന്നെങ്കിൽ!

കാലത്തിന്റെ കൊടുമുടിയിൽ നിന്നുകൊണ്ട് വർഷങ്ങളുടെ, തലമുറകളു ടെ, മറ നീക്കി കാണാൻ കഴിഞ്ഞിരുന്നെങ്കിൽ, പറയാമായിരുന്നു: ഇന്ന ദിവസം നിന്റെ ഗോരാസാഹിബിനെ ഇന്ന തെരുവിൽ വെച്ച് ഇന്ന സമയത്തു നീ കണ്ടുമുട്ടും.

യാദൃച്ഛികമായി കണ്ടുമുട്ടിയതല്ല, വിമലാദേവീ! ഇരുപത്തൊന്നുകാരിയായ വിമലാദേവി, സുന്ദരി, മേൽചുണ്ടിൽ നനുത്ത നീലരോമങ്ങളുള്ളവൾ. ഇരു പത്തൊമ്പതുകാരൻ സുധീർകുമാർമിശ്ര, തലതിരിഞ്ഞ ചെറുപ്പക്കാരൻ, ധൂർത്തനെ 1955 മെയ് 3–ാം തീയ്യതി പ്രഭാതത്തിൽ ബസ്സിൽവെച്ചു കണ്ടുമു ട്ടുന്നു. നാം ജനിക്കുന്നതിനു മുമ്പേ കാലത്തിന്റെ മഹാഗ്രന്ഥത്തിൽ ഒരേ ടിൽ അതു കുറിച്ചു വെച്ചിട്ടുണ്ട്. ഞാൻ നാടു തെണ്ടിനടന്നത് ഈ നിമിഷ ത്തിലെത്താനായിരുന്നു. നിന്റെ അച്ഛൻ നാടുമായി ബന്ധം വേർപ്പെടുത്തി യത് അതിനുവേണ്ടിയായിരുന്നു. മിസ്റ്റർ ഗോമസ്സ് എന്ന വിധുരൻ നിന്റെ അമ്മ യുടെ കാമുകനായതും അമ്മയുമായി വഴക്കടിച്ചു നീ ജോലിചെയ്യാൻ ഇറ ങ്ങിത്തിരിച്ചതും അതിനു വേണ്ടിതന്നെ.

*അശ്ലീലമായിത്തോന്നുന്നെങ്കിൽ മാപ്പുതരൂ

ഇതൊരു സാധാരണ സംഭവമല്ല, വിമലാദേവീ! ജീവിതത്തിന്റെ പൂർണ്ണത യാരംഭിക്കുന്ന മഹാനിമിഷം!

ബുദ്ദു തുഴയാതെ അവളെ നോക്കിയിരുന്നു മന്ദഹസിക്കുകയായിരുന്നു. തടാകത്തിലേക്ക് വള്ളിപ്പടർപ്പുകൾ ചാഞ്ഞുകിടക്കുന്ന ഒരോരത്ത് 'മേഫ്ളവർ' പാറിക്കിടക്കുകയാണ്.

"മടങ്ങാം."

അവൻ മഞ്ഞപ്പല്ലുകൾ കാട്ടി ചിരിച്ചു. തുഴ കൈയിലെടുത്തു.

"മേംസാബിന്റെ മനസ്സ് മറ്റെവിടെയോ ആണ്."

"ഞാൻ എന്തോ ഓർക്കുകയായിരുന്നു."

"ഞാനും."

"നീ ആരെപ്പറ്റിയാണ് ഓർത്തിരുന്നത്, ബുദ്ദൂ?"

"അമ്മയെപ്പറ്റി–"

"ഗോരാസാഹിബിനെപ്പറ്റിയും–"

അവൻ വീണ്ടും ഒരു വിഡ്ഢിച്ചിരി ചിരിച്ചു.

"വെള്ളക്കാർ നാടുവിട്ടപ്പോൾ അദ്ദേഹവും പോയിരിക്കുമോ, മേംസാബ്?"

ഈ വഴിവിളക്കിനപ്പുറം നമുക്കു കാണാൻ കഴിയില്ലല്ലോ, ബുദ്ദൂ!

"ഹേയ്, പോയിരിക്കില്ല."

"എന്തുകൊണ്ട്?"

"അദ്ദേഹത്തിനു നിന്റെ അമ്മയെ ഇഷ്ടമായിരുന്നില്ലേ? അതുകൊണ്ട് ഈ പ്രദേശവും ഇഷ്ടമായിരിക്കും. പോയാലും അദ്ദേഹം വരും, തിരിച്ചുവരും."

ശരീരത്തിനു വല്ലാത്ത തളർച്ച തോന്നി. വീണ്ടും മരപ്പാലം. ബോട്ടുജെട്ടി. കാലദൂതരെപ്പോലുള്ള കൂലിക്കാർ. ഒമ്പതുവർഷം നടന്നവഴി. ഭാംഗിന്റെ ലഹരിയിൽ ലയിച്ചിരുന്നു മയങ്ങുന്ന ചൗക്കിദാർ. ആട്ടാറൊട്ടിയും പരിപ്പും. തണുത്ത മെത്ത.

ഇക്താരയുടെ ശബ്ദം അന്നുരാത്രി കേട്ടില്ല. ജാലകം തുറന്നുനോക്കി. ഗോൾഡൻ നൂക്കിൽ വെളിച്ചമുണ്ട്. ഇക്താര ഉറങ്ങുന്നു. അതിന്റെ നേർത്ത ഒറ്റക്കമ്പിയിൽ കാക്കയോട് വിദൂരസ്ഥനായ കാമുകന് തന്റെ വേദന അറിയിക്കാൻ പറഞ്ഞ പഞ്ചാബി പെൺകൊടിയുടെ ഹൃദയവും ഉറങ്ങുന്നു.

അവൾ ജനലടച്ചു.

നമുക്കു കാണാൻ കഴിവുണ്ടായിരുന്നെങ്കിൽ......

പതിനാല്

രാവിലത്തെ തപാലിൽ ഒരു കത്തുണ്ടായിരുന്നു. പരിചയമില്ലാത്തവർ കണ്ടാൽ തന്റെ സ്വന്തം കൈയെഴുത്താണെന്നുപറയും. അത്ര സാമ്യമുണ്ട്, അനിയത്തിയുടെ കൈയെഴുത്തിന്. ഒന്നു ഓടിച്ചു വായിച്ചു.

വിമലാദീദീ, എനിക്ക് ഇവിടെ ജീവിക്കാൻ വയ്യാ. ഞാനും ചേച്ചിയുടെ കൂടെ വരട്ടെ? ബാബുവേട്ടൻ ഇന്നലെ കുടിച്ചുവന്ന് അമ്മയുമായി വലിയ വഴക്കുകൂടി. ബീർബഹാദൂറിനെ തല്ലാൻ ചെന്നു. വിമലാദീദീ ഇങ്ങോട്ടുവരൂ. അല്ലെങ്കിൽ ഞാനവിടെ വന്നു താമസിക്കാം.

മേശവലിപ്പിലെ കത്തുകളുടെ സമൂഹത്തിൽ അതും തിരുകിവെച്ചു.

അനിതയ്ക്ക് എന്തുപറ്റി? പ്രദീപ്ചന്ദ്രൻ സ്ഥലംവിട്ടോ? അതോ, അവളുടെ മനസ്സിന് പാകത കിട്ടുകയാണോ?

വൈകുന്നേരം അമർസിംഗ് കുറച്ചുസമയം ഒഴിവു ചോദിച്ചു. മൂന്നുനാഴിക ദൂരെ താമസിക്കുന്ന ഒരു ബന്ധു മരിക്കാൻ കിടക്കുകയാണ്. സന്ധ്യയ്ക്കു മുൻപേ തിരിച്ചെത്തിക്കൊള്ളാമെന്നാണ് കരാറ്.

അവൾ പോർട്ടിക്കോവിന്റെ താഴെ മുറ്റത്തു നില്ക്കുകയായിരുന്നു.

ഗോൾഡൻ നൂക്കിന്റെ മുന്നിൽനിന്നു പടിക്കലേക്കു സർദാർജി നടന്നു വരുന്നതു കണ്ടു. അയാൾ കീഴോട്ടിറങ്ങിപ്പോകുമെന്നാണ് കരുതിയത്, നേരെ വന്നതു വേലിക്കടുത്തേക്കാണ്.

“ഗുഡ് ഈവനിങ്ങ്!”

“ഈവനിങ്ങ്!”

“ഇന്നത്തെ ബോട്ടുയാത്ര എങ്ങനെയുണ്ടായിരുന്നു?”

“ഞാൻ ബോട്ടുയാത്ര നടത്തിയെന്ന് ആരു പറഞ്ഞു?”

മുള്ളുവേലിയുറപ്പിച്ച കോൺക്രീറ്റ് തൂണിൽ പിടിച്ച അയാളുടെ നീണ്ട വിരലുകളിൽ നോക്കിയാണു ചോദിച്ചത്.

“എനിക്കൂഹിച്ചുകൂടെ? നിങ്ങളുടെ മനസ്സുമുഴുവൻ ഞാൻ വേണമെങ്കിൽ ഒരു പുസ്തകംപോലെ വായിക്കാം. ബഹളത്തിൽനിന്ന് എല്ലാം കാണാനാണു നിങ്ങൾക്കിഷ്ടം. തടാകത്തിൽ തിരക്കുള്ളപ്പോൾ ബോട്ടുയാത്ര ഇഷ്ടമല്ലെ ങ്കിലും ഞാൻ ക്ഷണിച്ചപ്പോൾ പോകാമെന്നുവെച്ചു. ഞാൻ വന്നില്ല. അപ്പോൾ ബോട്ടിൽ പത്തുവട്ടം കറങ്ങിയേ തീരൂ എന്ന വാശിയോടെയാവും നിങ്ങൾ പുറത്തിറങ്ങിയത്.”

എന്താ ശരിയല്ലേ എന്ന ഭാവത്തിൽ അയാൾ കണ്ണുകളുയർത്തി.

“ഒരു സിഗരറ്റ് വലിക്കട്ടെ, ആരും അറിയണ്ടാ.”

“എന്താ അറിഞ്ഞാൽ?”

“എന്റെ രക്ഷാകർത്താവ് അറിയരുത് എന്നാണ് പറഞ്ഞത്.”

സിഗരറ്റ് വലിച്ചു സ്വാദോടെ പുകവിട്ടുകൊണ്ട് അയാൾ പറഞ്ഞു.

"ഞാനും ചങ്ങാതിയും തമ്മിൽ എന്നും വടംവലിയാണ്."

"നിങ്ങളുടെ രക്ഷിതാവിനെ ഞാൻ കണ്ടിട്ടില്ല."

"കാണില്ല. അതാണല്ലോ മൂപ്പരുടെ പ്രത്യേകത."

അയാൾ വേലിക്കപ്പുറത്ത് അലസമായി ചുറ്റിനടന്നു. സംസാരിക്കാവുന്ന അകലത്തിൽ.

"ടീച്ചർജി!"

അവൾ ശ്രദ്ധിച്ചു.

"ഞാനൊരു തമാശ പറയട്ടെ?"

കേൾക്കട്ടെ എന്ന ഭാവത്തിൽ അവൾ നിന്നു.

"എനിക്ക് നിങ്ങളെ ഇഷ്ടമാണ്. കാരണമൊന്നുമില്ല."

അയാളുടെ വരണ്ടു വികൃതമായ മുഖത്തു രക്തച്ഛായകൾ മിന്നിമായുന്നത് കണ്ടു. അവൾ പരിഭ്രമിച്ചുപോയി.

"ഓ, പരിഭ്രമിക്കാനൊന്നുമില്ല. വഴിയിൽ തടഞ്ഞുനിർത്തില്ല, പ്രേമലേഖനമെഴുതില്ല. ഒന്നുംചെയ്യില്ല. ഒരു ബന്ധവും സങ്കല്പിക്കാതെ.... വെറുതെ.... എനിക്കു നിങ്ങളെ ഇഷ്ടമാണ്."

തണുത്തവാക്കുകൾ. ആവശ്യമോ, അഭ്യർത്ഥനയോ ഇല്ലായിരുന്നു. മറുപടി പ്രതീക്ഷിക്കുന്നുമില്ല. അവൾ സ്തംഭിച്ചുപോയി.

എന്തെങ്കിലും പറയണമല്ലോ എന്നോർത്ത് അവൾ പ്രയാസപ്പെട്ടു. സ്വാഭാവികത വരുത്താൻ ശ്രമിച്ചുകൊണ്ട് പറഞ്ഞു:

"ഞാൻ..... ഞാനാരാണെന്നുപോലും നിങ്ങൾക്കറിയില്ലല്ലോ."

"അതാണു വേണ്ടത്. നിങ്ങളുടെ പശ്ചാത്തലം മുഴുവൻ എനിക്കു മറ്റുള്ളവരോടു ചോദിച്ചറിയാം. ഒരു നൂറുകൂട്ടം കാര്യങ്ങൾ, അതെല്ലാം കൂടിയാവുമ്പോൾ നിങ്ങൾക്കു ചിത്രത്തിൽ ആയിരും വേരുകളും ചില്ലകളും ഇലകളുമെല്ലാം വന്നുകൂടുന്നു. നിങ്ങൾ ഒരു ബിന്ദു മാത്രം."

സിഗരറ്റിന്റെ അവസാനത്തെ പുകകൂടി വലിച്ചെടുത്തു സംതൃപ്തിയോടെ അയാൾ അതു ദൂരേക്ക് എറ്റിത്തെറിപ്പിച്ചു.

നിങ്ങളാരാണ്? എവിടെനിന്നു വരുന്നു? വരണ്ട മുഖവും നെറ്റിയിൽ വികൃതമായ കറുപ്പും കണ്ണിൽ പ്രകാശവുമുള്ള ഈ മനുഷ്യനെപ്പറ്റി ചോദിക്കാൻ പലതുമുണ്ടായിരുന്നു.

"ആ, പിന്നെ, ടീച്ചർജി– ഒരപേക്ഷ."

അവൾ നിശ്ശബ്ദമായി കേൾക്കാൻ തയ്യാറെടുത്തു.

"ഇടയ്ക്കൊക്കെ ഒന്നു ചിരിക്കണം. അല്ലെങ്കിൽ ആ മഹാസിദ്ധി മറന്നുപോകും."

"ഞാൻ– ഞാൻ കരയുന്നില്ലല്ലോ."

"കരയുന്നതു കണ്ടാൽ എനിക്കറപ്പേ തോന്നാറുള്ളൂ. നിങ്ങൾ ചിരിക്കുന്നതു കാണുമ്പോഴാണ് വിഷമം."

അയാൾ വാച്ചിൽ നോക്കി.

"ഓ, മരുന്നിന്റെ സമയം. രക്ഷിതാവിനെ ഭയപ്പെടണം!"

അയാൾ ധൃതിയിൽ അയഞ്ഞ ട്രൗസറുകൾ വലിച്ചിഴച്ചു നടന്നുപോകുമ്പോൾ അവൾ നോക്കിനിന്നു. ഭ്രാന്താണോ?

സന്ധ്യ കറുക്കാൻ തുടങ്ങി. നടുമുറ്റത്തെ ഡോംലൈറ്റിട്ടു. വിളറിയ ഇരുട്ടിൽ പതിഞ്ഞുകിടക്കുന്ന ആ കെട്ടിടത്തിനകത്തു തനിയെയിരിക്കാൻ ഭയം തോന്നി. അമർസിംഗ് വരാൻ ഇനിയും എത്ര താമസിക്കുമോ, എന്തോ! വരാന്തയുടെ ചുറ്റും നടന്ന് ഇടവിട്ട കൽത്തൂണുകളിലെ സ്വിച്ചമർത്തി.

മുറിയിൽ ചെന്നിരുന്നു പുസ്തകങ്ങൾ മറിച്ചുനോക്കി. കണ്ടു പഴകിയ പുറഞ്ചട്ടകൾ. മടുപ്പ്.....

പകൽ മഴ പലവട്ടം ചാറി. കാറ്റിനു നല്ല തണുപ്പുണ്ടായിരുന്നു. കുന്നിന്റെ ചെരുവിൽ വഴി തിരിയുന്നേടത്തു കരിങ്കല്ലു കെട്ടിയുണ്ടാക്കിയ അർദ്ധവൃത്തത്തിൽ നിന്നുള്ള കാഴ്ചപ്പാടിൽ ദൂരത്തെ കൊടുമുടികൾ പുകച്ചുരുളുകളായി മാറി. മലമ്പാതയിൽ നിന്നു വല്ലപ്പോഴും ഒരു കുളമ്പടി കേൾക്കാം.

പതിവിനു വിപരീതമായി ഉച്ചയ്ക്കുതന്നെ മഞ്ഞിറങ്ങി; തടാകത്തിനുമീതെ പൂർണ്ണമായ ഒരാവരണംപോലെ വ്യാപിച്ചു.

വൈകുന്നേരം മലയിടുക്കിലൂടെ ചീറിയടിക്കാൻ തുടങ്ങിയ കാറ്റിൽ നേർത്ത ജലകണങ്ങൾ തങ്ങിനിന്നു.

ദിവസങ്ങൾക്കുശേഷം ഇക്താരയുടെ മർമ്മരം ഒഴുകിയെത്തി. പിറകെ സർദാർജിയുടെ ദുർബ്ബലമായ ശബ്ദവും.

ജാലകക്കീറു പാതി തുറന്നപ്പോൾ തണുത്ത കാറ്റിൽ ശരീരം വിറച്ചു. മഞ്ഞിലൂടെ 'ഗോൾഡൻ നൂക്കി'ന്റെ പ്രകാശം പുരണ്ട കണ്ണാടിച്ചില്ലുകൾ ഇളം മഞ്ഞനിറത്തിൽ തെളിഞ്ഞുകണ്ടു.

ഉംഗലിയ കുട്ട കാനീ.....

അഖ്ഖാം ദാ കജ്ജലാമൈം.....

കാറ്റിന്റെ ഇരമ്പത്തെയും ജയിച്ചുകൊണ്ട് ഇക്താരയുടെ സ്വരമുയർന്നു. പഞ്ചാബിപെൺകൊടിയുടെ നെടുവീർപ്പുകൾ തണുത്തു വിറങ്ങലിച്ച വായുവിൽ കോരിത്തരിപ്പുകൾ പരത്തുന്നു.

സർദാർജിയുടെ രക്ഷാകർത്താവ് ഇന്ന് ഉറങ്ങുകയാണോ? എന്തോ, പാടാനനുവദിച്ചതാവോ?

ജാലകമടച്ചു കുറ്റിയിട്ടു കിടന്നു.

പകൽ കണ്ണുതുറന്നതിനു മുമ്പേ വാതില്ക്കൽ തുരുതുരെ മുട്ടുകേട്ടു. ഉറക്കം ഞെട്ടി ആവൾ നെഞ്ചിടിപ്പോടെ ചോദിച്ചു:

"കോൻ ഹേ?"

"ഞാനാണ്, ബീബീജി."

അവൾ വാതിൽ തുറന്നു. അമർസിംഗ് കണ്ണുതിരുമ്മിക്കൊണ്ടു വാതില്ക്കൽ നില്ക്കുന്നു.

"എന്താ?"

"സർദാർജി വിളിക്കുന്നു."

"ഇത്ര നേർത്തെ?"

"യാത്ര പറയാനാണ്."

ഉലഞ്ഞ വസ്ത്രങ്ങൾ ശരിപ്പെടുത്താതെ, ഷാൾകൊണ്ടു മൂടിപ്പുതച്ച് അവൾ വരാന്തയിലൂടെ പോർട്ടിക്കോവിലേക്കു നടന്നു. കാറ്റിന്റെ തണുത്ത കൈവിരലുകൾ മുഖത്തു തഴുകുന്നുണ്ടായിരുന്നു.

പാതിവിടർന്ന പകൽവെളിച്ചത്തിൽ അയാൾ മുറ്റത്തു നില്ക്കുകയാണ്.

"ഉറക്കം തടസ്സപ്പെടുത്തിയതിൽ ക്ഷമിക്കണം, ടീച്ചർജീ."

"ഓ, സാരമില്ല."

ഉറക്കച്ചടവുകാരണം തൊണ്ട പരുക്കനായിരുന്നു.

"ഞാൻ പോകുന്നു ടീച്ചർജി."

എന്താണു പറയേണ്ടത് എന്നാലോചിച്ച് അവൾ വിഷമിച്ചു. അവസാനം പറഞ്ഞു:

"ഇനിയും കാണാം."

അയാൾ ചിരിച്ചു: "എന്നു പറയാൻ എനിക്കു ധൈര്യംപോരാ, ടീച്ചർജീ. ഏറിയാൽ നാലുമാസം എന്നാണ് നമ്മുടെ രക്ഷാകർത്താവു പറയുന്നത്."

ഉറക്കത്തിന്റെ പാടകൾ അവളുടെ കണ്ണിൽനിന്ന് ഊർന്നുവീഴുകയായിരുന്നു.

"ഓ അതുതന്നെ എനിക്കു ലാഭമാണ്. അതിനു ദൈവത്തോടു നന്ദിപറയണം! ലങ് കാൻസറിന് ഒരു കൊല്ലമാണത്രെ അവധി. ഒരു നാലുമാസം നമുക്കു ബോണസ്സായി തന്നിരിക്കുന്നു!"

അയാൾ പദപ്രയോഗത്തിൽ രസിച്ചിട്ടെന്നപോലെ ചിരിച്ചു.

അവൾ ഒന്നും മിണ്ടിയില്ല.

"നമസ്തേ ടീച്ചർജീ, നല്ലതുവരട്ടെ!"

"നമസ്തേ."

അയാൾ രണ്ടുനാലടി നടന്നശേഷം തിരിഞ്ഞുനിന്നു.

അവൾ അവിടെത്തന്നെ നില്ക്കുകയായിരുന്നു.

"കടം ചോദിച്ച ഒരു സായാഹ്നം ബാക്കി കിടപ്പുണ്ട്, മറക്കരുതേ!"

അയാൾ ഉറക്കെ ചിരിച്ചു. കാലുകൾ വലിച്ചു വലിച്ചു നടന്നുപോയി.

സാമാനങ്ങൾ ചുമക്കുന്ന രണ്ടുകൂലിക്കാർ പിറകെ. എവിടെ അയാളുടെ കൂട്ടുകാരൻ?

വരാന്തയിലൂടെ മുറിയിലേക്കു തിരിച്ചുപോരുമ്പോൾ അമർസിംഗിനെ കണ്ടു. മുഖം നിറയെ ചിരിയാണ്.

"സർദാർജി ബഡിയാന കാശുകാരനാണു, ബീബീജി. എനിക്കു ബക്ഷീസ് തന്നത് എത്രയാണെന്നോ? പത്തുരൂപ!"

"അമർസിംഗ്, എവിടെ അയാളുടെ കൂട്ടുകാരൻ?"

"കൂട്ടുകാരനോ? അയാൾ തനിച്ചായിരുന്നു ബീബീജീ."

അവൾ വാതിലടച്ചു.

പതിനഞ്ച്

നിറം മങ്ങിയ കമ്പിക്കാലിനപ്പുറത്ത് കല്പടവിൽ മൂടിക്കെട്ടിയ ആകാശം വീണുറങ്ങുന്ന തണുത്ത തടാകത്തിൽ നോക്കിക്കൊണ്ട് അവൾ നിന്നു.

ക്ഷേത്രപരിസരവും മണൽവിരിച്ച മുറ്റവും മണ്ഡപവും ഒഴിഞ്ഞുകിടക്കുന്നു.

മൂന്നു പഹാഡിച്ചെറുക്കന്മാരെ കയറ്റി തുഴഞ്ഞുവരുന്ന ബോട്ടിന്റെ അരയന്നത്തല തന്റെ ചുവട്ടിലേക്കടുക്കുന്നതു കണ്ടപ്പോൾ അവൾ നോക്കി. മഞ്ഞപ്പല്ലുകൾ കാട്ടി ബുദ്ദു ചിരിക്കുന്നു.

അവൻ താഴെ തോണിയടുപ്പിച്ചു.

"സീസൺ എത്രവേഗം കഴിഞ്ഞു, മേംസാബ്!"

"ശരിയാണ്."

"ആരും വന്നില്ല."

അവളും അസ്വസ്ഥമായ സ്വരത്തിൽ പറഞ്ഞു:

"ആരും വന്നില്ല."

"അടുത്തകൊല്ലം നോക്കാം. അല്ലേ, മേംസാബ്?"

അവൾ എന്താണു പറയുന്നതെന്നു ശ്രദ്ധിക്കാതെ അലസമായി ആവർത്തിച്ചു:

"ആ, അടുത്തകൊല്ലം."

മേംസാബ് വേണ്ടത്ര താല്പര്യം കാട്ടുന്നില്ലെന്ന സംശയത്തോടെ, തോൽനിറമുള്ള കനത്ത കുപ്പായത്തിന്റെ നെഞ്ചിൽ തട്ടിക്കൊണ്ടു ബുദ്ദു കുറച്ചുറക്കെ ചോദിച്ചു:

"വരാതിരിക്കില്ല, അല്ലേ മേംസാബ്?"

അവൾ തലകുലുക്കി.

ബോട്ടു തുഴഞ്ഞു നീങ്ങിയപ്പോൾ ജലപ്പരപ്പിൽ നീണ്ടുകിടന്ന വളഞ്ഞ വഴിത്താരയിലേക്കു നോക്കിനിന്നുകൊണ്ട് അവൾ പിറുപിറുത്തു:

"വരാതിരിക്കില്ല."

കറന്റ് ബുക്സ്
CURRENT BOOKS THRISSUR
ESTD:1952